தலைவரின் தலைமைத்துவம்

[பிறரிடம் தாக்கத்தை ஏற்படுத்த மற்றும் பிறருக்கு நன்மை பயக்க
பொறுப்புடனும் பொறுப்புக்கூறலுடனும் இருக்க]

மற்றவர்களின் வாழ்க்கையில் ஈடுபடும் அனைவரும்

₹. 120

முன்னுரை

நம்மில் பெரும்பாலோர் சுயத்தை மையமாகக் கொண்டவர்கள், நமக்குத் தொடர்புடைய இடங்களில் நாம் வகிக்கும் தலைமைப் பதவிகள் கூட அதிகாரம், பதவி அல்லது உடைமைகள் போன்று நமது சுயநலத்திற்காகவே உள்ளன. காரியங்களை நாம் எடுத்ததன் காரணமாகவோ அல்லது நமக்கு அது கொடுக்கப்பட்டதன் காரணமாகவோ நாம் நமது உரிமைகளைக் கோருகிறோம் மற்றும் சலுகைகளை அனுபவிக்கிறோம், ஆனால் பெரும்பாலான நேரங்களில் நம்மிடம் ஒப்படைக்கப்பட்ட மற்றும் நாம் பொறுப்பேற்று இருக்கும் எல்லாவற்றிலும் நமக்கிருக்கும் பொறுப்புகளைப் பற்றிச் சிந்திப்பது குறைவே.

நாம் ஒவ்வொருவரும் நமது சமூகத்தில் மாற்றத்தை ஏற்படுத்துபவர்களாக இருக்க முடியும். நம் ஒவ்வொருவரின் அபரிமிதமான ஆற்றலைச் சிறிய முயற்சியுடனும் கற்றலுடனும் சரியான முறையில் பயன்படுத்தினால், அது சமூகத்தில் ஒரு பெரிய நேர்மறையான மாற்றத்தை உருவாக்கும். ஒரு சிறிய முயற்சி சமூகத்தில் பெரிய மாற்றத்தை ஏற்படுத்தும். தலைமைத்துவம் எல்லா இடங்களிலும் தேவை, எல்லோரும் ஒரு தலைவராக இருக்க முடியும். ஒரு நபர் மற்றொரு நபரையோ அல்லது ஆயிரக்கணக்கான மக்களையோ வழிநடத்துபவராயினும், அவர்களைச் சரியான வழியிலும் சரியான மதிப்பீடுகளிலும் வழிநடத்தும் ஒரு நபராக ஒரு தலைவர் இருக்க முடியும்.

'தலைவரின் தலைமைத்துவம்' என்பது நம் ஒவ்வொருவருக்கும் சுயத்தை முழுமையாக வளர்த்துக் கொள்ளவும், தலைமைப் பண்புகள் மற்றும் பொறுப்புகள் மூலம் நம்மைச் சுற்றியுள்ள மற்றவர்களிடம் தாக்கத்தை ஏற்படுத்தவும் உதவும். நேரம் மற்றும் திறமைகளைப் பயன்படுத்தி நம்மைச் சுற்றியுள்ள சமூகத்தில் ஈடுபடுவதன் மூலம், நம்மை நம்பிக்கையுள்ளவர்களாகவும் பொறுப்புள்ளவர்களாகவும் ஆக்குகிறது.

அப்போது, புதுமைகள் மற்றும் சிக்கலைத் தீர்ப்பதன் மூலம் ஒரு நேர்மறையான மாற்றத்திற்காக நாம் விமர்சன ரீதியாகச் சிந்திக்கவும், ஒருவருக்கொருவர் ஒத்துழைக்கவும் முடியும்.

திறந்த மனதுள்ளாவர்களாக நீதியுடனும் நேர்மையுடனும் இருப்பதற்கு நம்மை நாமே கவனமாகப் பகுப்பாய்வு செய்யும் போது, 'தலைவரின் தலைமைத்துவம்' நமது குணாதிசயத்தையும் நடத்தையையும் சரியாக அமைத்துக் கொள்ள உதவும்.

1. நல்ல தலைமை மற்றும் அதன் தேவை

(ஒரு நல்ல தலைவரின் பண்புகள் மற்றும் அதன் தாக்கங்கள் பற்றி அறிய)

1. தலைவர் / தலைமைத்துவத்தை வரையறுத்தல்

அனைவருக்கும் மேலாக இருப்பவர் தான் கடைசியாக இருப்பதை தேந்தெடுப்பவரும் மற்றவருக்குச் சேவை செய்பவராகவும் இருப்பார். மற்றும் எல்லா சிறந்த காரியங்களும் கொண்டிருப்பினும், சிறந்த மேம்பாடு மற்றும் சிறந்த முன்னேற்றத்தின் நோக்கத்தை அறிந்திருந்து சுயத்தைத் தாழ்த்திக் கொள்ளும் எவரும் ஒரு பொழுதில் சிறந்தவராக உயர்வார். மேலும், அந்த நபர் குறிப்பிட்ட சித்தாந்தங்களை தன்னுள் வைத்துக்கொண்டு சுற்றியுள்ள நபர்களைப் புண்படுத்தமாட்டார், ஆனால் அனைவரையும் பாகுபாடின்றி ஏற்றுக்கொள்வார், சுயநலம் இல்லாமல் சிறந்து விளங்குவதற்கும், மற்றவர்கள் தங்களை திருத்திக்கொள்ளவோ அதிகாரப்படுத்தவோ விஷயங்களைச் சிறப்பாகச் செய்ய முயற்சித்து தன்னுடைய சிறந்த திறனைப் பயன்படுத்துவார்.

தலைமைத்துவம் என்பது மற்றவர்களுக்கு மேல் இருப்பது அல்லது அதிகாரம் செலுத்துவது அல்ல, ஆனால் மற்றவர்களுக்கு வழங்கப்படும் பொறுப்பு அல்லது சேவை, மேலும் அது ஒரு நபரை மிக உயர்ந்தவராக ஆக்குகிறது.

2. முதலாளித்துவமும் தலைமைத்துவமும்

ஒரு கூட்டத்தின் முதல்வராக இருக்கும் ஒரு நபரைக் கருத்தில் கொண்டு, அவரது தலைமைத்துவப் பண்புகளைக் கணக்கிடுவது அதிக பயன் தராது. அந்த நபருடனான உறவு மாத்திரமே அவரின் அணுகுமுறையையும் செயலையும் வெளிப்படுத்துகிறது, இது அவர் ஒரு முதலாளியா அல்லது தலைவரா என்பதை வரையறுக்க உதவுகிறது. ஒரு நபருடனான

தன்னார்வ மற்றும் நீடித்த உறவு நாம் அந்த நபரைத் தலைவராக வரையறுக்கும்போது மட்டுமே சாத்தியமாகும், இல்லையெனில் வார்த்தைகளால் சொல்லப்பட்டாலும் அந்த உறவு சில கொடுத்தல் வாங்குதலில் முடிந்துவிடும்.

ஒரு தலைவர் குழுவினரை கவனத்துடன் பாதுகாப்பார், அவர்களின் கவலைகள் குறித்து கவனம் இல்லாமல் இருக்க மாட்டார். தலைவர் மிகப் பெரிய பண்புகளைக் கொண்டிருந்தாலும் தன்னைத் தாழ்த்திக் கொள்வார், மேலும் அவரது சிறந்த திறன்களின் நிமித்தம் பெருமைப்பட மாட்டார். தலைவர் குழுவினரை அவர்களின் நன்மைக்காக ஆவலுடன் ஆதரிப்பார், ஆதாயத்திற்காக அல்ல. தலைவர் மற்றவர்களுக்கு ஒரு முன்மாதிரியாக இருப்பார், மற்றவர்கள் மீது ஆதிக்கம் செலுத்துவதில்லை. மற்றவர்கள் விருப்பத்துடன் காரியங்களைப் பின்பற்ற அல்லது செய்யத் தலைவர் அனுமதிக்கிறார், எவரையும் கட்டாயப்படுத்த மாட்டார்.

தலைவர் குழுவினர் சொல்வதைக் கேட்பார், குழுவினருக்கு உத்தரவிட மாட்டார். தலைவர் மற்றவர்களுக்குச் சேவை செய்வார், சேவை செய்யப்படுவதில் ஆர்வம் காட்ட மாட்டார். தலைவர் அனுதாபம் காட்டாமல் மற்றவர்களுடன் பரிவாக இருப்பார். தலைவர் அதிகம் ஆராய்ந்த பின் காரியங்களை மிகத் தெளிவாக வெளிப்படுத்துகிறார், மேலும் ஆணையிட மாட்டார். தலைவர் குழுவை ஒழுங்குபடுத்துவார், தண்டிக்க மாட்டார். தலைவர் குழுவினருக்கு ஆலோசனை கூறுவார், கைவிடுவதில்லை. தலைவர் வேறுபாடுகளை ஏற்றுக்கொள்வார் மற்றும் அவரது இதயத்தைக் கடினப்படுத்துவதில்லை.

3. ஒரு நல்ல தலைவரின் குணாவதிசயங்கள்

ஒழுக்கம்:

ஒரு தலைவர் தன் சுய திருப்திக்கோ பரவலாக நடைமுறையில் உள்ள கொள்கைகளுக்கோ உட்படக் கூடாது. தலைவர் சமூக ரீதியாக மதிக்கப்படும் உயர்ந்த கொள்கைகளைச் சொற்களிலும் செயல்களிலும் கொண்டிருக்க வேண்டும். எந்த விதத்திலும் ஒழுக்கக்கேடு அல்லது அடிமைத்தனத்திற்கு ஆளாகாமல் இருக்க வேண்டும்.

விழிப்புணர்வு:

ஒரு தலைவர் கடந்த கால காரியங்களைக் கருத்தில் கொண்டு, தற்போதுள்ள எல்லாவற்றையும் கவனமாக விழிப்புடன் கவனிக்க வேண்டும். ஒரு தலைவர் எச்சரிக்கையாக இருக்க வேண்டும், மற்றும் எதிர்பார்க்கப்படும் நன்மைக்காக விடாமுயற்சியுடனும் பொறுமையுடனும் காத்திருக்க வேண்டும்.

நல்ல நடத்தை:

ஒரு தலைவர் இரட்டை பேச்சைக் கொண்டிருக்கக் கூடாது, ஆனால் செயல்களிலும் நடத்தையிலும் நேராக முன்னோக்கி இருக்க வேண்டும். ஒரு தலைவர் தான் பேசுவதை கடைப்பிடிக்க வேண்டும்.

கற்பிக்க கூடிய தன்மை:

ஒரு தலைவர் சுய முன்னேற்றத்திற்காக எப்போதும் கறக வேண்டும், வெவ்வேறு புதிய சூழ்நிலைகளுக்கு ஏற்றவாறு காரியங்களைக் கையாள வேண்டும். ஒரு தலைவர் தனிநபர் அல்ல, எனவே தலைவர் மற்றவர்களின் நலனுக்காகக் கற்றுக்கொண்ட அனைத்தையும் கற்பிக்கவும் வேண்டும்.

விருந்தோம்பல் அளித்தல்:

ஒரு தலைவர் தனது சொந்த விஷயங்களை மாத்திரம் அனுபவித்து தனியாக இருக்க முடியாது. ஒரு தலைவர் மற்றவர்களுடன் சேர்ந்து மற்றவர்களை வரவேற்று அவர்களின் தேவைகளை வழங்குவதன் மூலம் அவர்களுக்கு இடம் கொடுக்கக் கூடியவராக இருக்க வேண்டும்.

பேராசை இல்லாதிருத்தல்:

ஒரு தலைவர் பேராசையுடன் நியாயமற்ற பணத்தைப் பெற கூடாது. ஒரு தலைவர் சுயநல ஆதாயத்திற்காக அவதூறு செய்பவராக இருக்க கூடாது.

ஒரு தலைவர் தன்னிடம் உள்ள அனைத்தையும் வைத்துத் திருப்தியாக இருக்க வேண்டும், பொறுமையாக உழைப்பதன் மூலம் விரும்பத் தக்க நேர்மையான மாற்றத்தை எதிர்பார்க்கலாம்.

பிரபலமாக இருத்தல்:

ஒரு தலைவர் தான் ஈடுபட்டுள்ள மக்களுக்குப் பிரபலமானவராக இருக்க வேண்டும். ஒரு தலைவர் என்பவர் முன்னோடி அல்லது பரம்பரையாக முன்னதாக இருப்பவர் அல்ல, ஆனால் தலைவர் குழுவில் ஒருவராகவும், குழுவினருடன் இருப்பவராகவும் இருக்க வேண்டும்.

தாழ்மை:

ஒரு தலைவர் தன்னை விடப் புத்திசாலியான ஒருவரிடமிருந்து மட்டுமல்ல, சுற்றியுள்ள மக்களில் குறைந்தவர் என்று கருதப்படுபவரிடமிருந்து வரும் அறிவுரையைக் கூட ஏற்க வேண்டும். ஒரு தலைவர் தான் சந்திக்கும் அனைவருக்கும் சேவை செய்பவராக இருக்க வேண்டும்.

பொறுமை:

ஒரு தலைவர் எளியதும் சாதாரணதுமான காரியங்களுக்குக் கோபப்படக் கூடாது. தலைவர் உணர்ச்சிவசப்படுவது தவறல்ல, ஆனால் உணர்ச்சிகளைச் சிறந்த முறையில் வெளிப்படுத்த அதைப் புத்தியால் கட்டுப்படுத்தி சமப்படுத்தப்பட வேண்டும். சரியாக இல்லாத சில காரியங்களைச் சரிசெய்ய முயற்சிக்கும் முன், ஒரு தலைவர் சரியான நேரத்தையும் நேர்மறையான மாற்றத்தையும் எதிர் நோக்க வேண்டும்.

நல்ல விதத்தில் பேசப்படுதல்:

ஒரு தலைவர் மற்றவர்களின் எண்ணங்களையும் தேவைகளையும் கருத்தில் கொள்ளாமல் காரியங்களைச் செய்யமாட்டார். அவர் சரியானவற்றுக்காக நிலை நிற்க வேண்டும், அதே நேரத்தில், அனைவரையும் ஒன்றுச் சேர்த்து, சரியாகவும் பொறுமையாகவும் காரணத்தோடு கருத்துக்களுக்கு உடன்பட அல்லது உடன்படாமலிருக்க

ஒப்புக்கொண்டு மற்றவர்களுடன் நன்றாக இருக்க வேண்டும், அப்படியானால் அவர் நல்ல விதத்தில் பேசப்படுவார்.

உண்மை:

ஒரு தலைவர் அனைவரையும் ஒரே மாதிரியாக நடத்தி எல்லாவற்றையும் நீதியுள்ளவனாகக் கையாள வேண்டும். ஒரு தலைவர் நேர்மையாக இருக்க வேண்டும், அவர் கையாளும் அனைத்தும் நம்பகத்தன்மையுடன் இருக்க வேண்டும்.

தைரியம்:

ஒரு தலைவர் தன்னுடைய சுபாவத்தையும் நேர்மையையும் இழப்பது குறித்த காரியங்களைத் தவிர்த்து, ஒருப்போதும் யாருக்கும் பயப்படக் கூடாது. ஒரு தலைவர் தவறுகளைத் தைரியமாக எதிர்கொள்ள வேண்டும், அதை ஏற்று சரி செய்ய வேண்டும், மேலும் குழப்பங்களைச் சமாளிக்க கடுமையாகப் போராடித் தைரியமாக எதிர்கொள்ள வேண்டும்.

பொறுப்பு:

ஒரு தலைவர் சுயத்திற்காக் செல்வங்களைச் சேர்ப்பவராக இல்லாமல் நல்ல பணியாளராக இருக்க வேண்டும். ஒரு தலைவர் சுயத்திற்காகப் பொறுப்பேற்க வேண்டும், அத்துடன் சுற்றியுள்ள எல்லாவற்றிற்கும் பொறுப்பேற்க வேண்டும்.

குற்றமற்றிருத்தல்:

ஒரு தலைவர் மிதமான தன்மையுடையவராக இருக்க வேண்டும். அவர் வீண் விஷயங்களில் ஈடுபடக் கூடாது. ஒரு தலைவர் தவறுகள் நிறைந்தவராக இருக்கக் கூடாது, குற்றமற்றவராக மாற எப்போதும் சுயத்தை புதுப்பிப்பவராக இருக்க வேண்டும்.

4. ஒரு நல்ல தலைவரின் தேவை

சுமையிலிருந்து வெளியே கொண்டு வருதல்:

ஒரு நல்ல தலைவர் தான் எதிர்கொள்ளும் மக்களின் பிரச்சனைகள் மற்றும் துன்பங்களைப் புரிந்துகொண்டு, சுமையிலிருந்து வெளியேறுவதற்கு அவற்றைத் தீர்க்க அல்லது புறக்கணிக்க, அல்லது சரியான பாதையைக் கண்டுபிடிக்க அவர்களுக்கு உதவ வேண்டும்.

சரியான திசையைக் காட்டுதல்:

ஒரு நல்ல தலைவர் எது சரி எது தவறு என்பதை உறுதிப்படுத்திக் கொள்ளும் நபராக இருக்க வேண்டும். இலக்கு மட்டும் முக்கியம் அல்ல, இலக்கை அடைய பின்பற்றப்படும் பாதையும் கூட முக்கியம். ஒரு நல்ல தலைவர் சரியான இலக்கை அடைய மக்களைச் சரியான பாதையில் நடத்தி செல்வார்.

மன்னிப்புடன் ஏற்றுக்கொள்ளுதல்:

ஒரு நல்ல தலைவர் எளிதில் கோபப்படுவதில்லை அல்லது மக்களை எளிதில் கைவிடமாட்டார், ஏனென்றால் அவர் எல்லாவற்றையும் பற்றி அக்கறையுள்ளவராகவும், மக்களிடமிருந்து எந்தவிதமான நிபந்தனையும் இல்லாமல் அவருடைய தயவால் அவர்களை ஏற்றுக்கொள்வார். எனவே ஒரு நபர் மிகப் பெரிய தவறு செய்தாலும், ஒரு நல்ல தலைவர் அனைவரையும் மன்னிப்புடன் ஏற்றுக்கொள்கிறார்.

மக்களுக்கான பரிந்துரை செய்தல்:

ஒரு நல்ல தலைவர் மக்களைத் தங்கள் வரம்புகளுக்கும் தவறுகளுக்கும் மன்னிப்பதோடு மட்டுமல்லாமல், மக்களைப் பலப்படுத்தவும், தவறுகளை மேலும் தொடர வேண்டாம் என்றும் ஊக்குவிக்கிறார். அவர் மக்களை அப்படியே விட்டுவிடாமல், மக்கள் மீண்டு வருவதற்கும் திறம்பட செயல்படுவதற்கும், தங்களிடமும் மற்றவர்களிடமும் நம்பிக்கையை வளர்த்துக் கொள்வதற்கும் பரிந்து பேசுவார்.

பொறுப்பேற்றுக் கொள்ளுதல்:

யாராவது எதையாவது ஒப்படைப்பதற்காகவோ அல்லது ஏதாவது செய்ய நிர்பந்திக்கப்படுவதற்கோ ஒரு நல்ல தலைவர் காத்திருக்க மாட்டார்,

ஆனால் ஏதாவது தேவைப்பட்டால் உணரப்பட்டவுடன் சுயமாகப் பொறுப்பேற்கிறார். ஒரு நல்ல தலைவர் மக்களைச் செயல்பட தூண்டிவிடுகிறார், முன்னேறுவதன் மூலம் ஒரு முன்மாதிரியாக மாறுகிறார்.

அறியாதவர்களுக்கு அக்கரை அளித்தல்:

ஒரு நல்ல தலைவர் மக்களை நன்கு அறிந்திருப்பார், வழிநடத்த யாரும் இல்லாமல் பல காரியங்களைப் பற்றி அறியாதவராக இருப்பவர்கள் மீது இரக்கம் காட்டுகிறார். ஒரு நல்ல தலைவர் அறிவற்றவர்களைக் குற்றம் சாட்டுவதில்லை, ஆனால் அறிவற்ற மக்கள் விழிப்புடன் இருக்கவும், அவர்களின் அறியாமையிலிருந்து அவர்கள் விடுபடவும் அக்கறை காட்டுகிறார்.

சிதறியவர்களின் மீது இரக்கம்:

ஒரு நல்ல தலைவர் பெருமை பேச விரும்புவதில்லை, அவருடைய பெயரால் மட்டுமே அழைக்கப்படும் ஒரு குழுவை விரும்புவதில்லை, ஆனால் மக்களின் ஒற்றுமையில் ஆர்வம் காட்டுகிறார். ஒரு நல்ல தலைவர் சிதறிய மக்களைப் பற்றிக் கரிசனையுள்ளவர், ஏனெனில் அவர்கள் நிறைய சவால்களை எதிர்கொள்ள வேண்டியிருக்கும்.

குழுவினருக்காக உழைத்தல்:

ஒரு நல்ல தலைவர் என்பவர் மற்றவர்களிடமிருந்து சேவையைப் பெறுபவர் அல்ல, மற்றவர்களுக்குச் சேவை செய்பவர். தலைமைத்துவம் என்பது பாராட்டப்படும் நிலை மட்டுமல்ல, அது குழுவினருக்கான பொறுப்பும், தொடர்புடைய மக்களுக்கு உழைப்பதும் ஆகும்.

5. சாத்தியமான பயன்

சுயநலம் அகற்றப்படுதல்:

நல்ல தலைமை இருக்கும்போது, சுயநலம் திறம்பட கையாளப்படும், மற்றவர்களுக்கு நன்மை பயக்கும் ஒரு குறிக்கோள் நிறைந்த வாழ்க்கையை வாழ்வதற்கான சரியான பாதையைத் தலைவரே காண்பிப்பதால் எல்லோரும் மற்றவர்களின் நன்மைக்குப் பங்களிக்கத் தொடங்குவார்கள்.

சலுகைகள் சமமாக அனுபவிக்கப்படுதல்:

ஒரு நல்ல தலைவர் தனது பராமரிப்பில் உள்ள மக்களுக்கு அனைத்து சலுகைகளையும் உரிமைகளையும் அவர்கள் அனுபவிக்க உதவுவார், மேலும் வலுவான பிரிவினரால் சுரண்டப்படுவதிலிருந்து அவர்களைப் பாதுகாப்பார்.

ஒவ்வொருவரையும் கருத்தில் கொள்ளுதல்:

ஒரு நல்ல தலைவர் ஒரு எளிய விஷயம் முதல் ஒரு பெரிய விஷயம் வரை அனைத்திலும் மற்றவர்களைக் கருத்தில் கொள்வார், தீர்மானங்கள் மக்களின் ஈடுபாடு மற்றும் நலனுடன் இருக்கும். சில நடவடிக்கைகளை முன்னெடுத்துச் செல்ல வேண்டியிருக்கும் போது நல்ல தலைமையின் கீழ் உள்ளவர்களும் மற்றவர்களையும் அவர்களின் நலனையும் கருத்தில் கொள்வார்கள்.

சூழ்நிலைகளுக்கு ஏற்றவாறு இருக்க கற்றல்:

நல்ல தலைமை இருக்கும்போது, மக்கள் தங்களுக்குத் தெரியாத வித்தியாசமான மற்றும் புதுமையான விஷயங்களையும் குறித்து வெளிப்பாடு அடைவார்கள், மேலும் நல்ல விஷயங்களைச் சரியான மதிப்பீடுகளுடன் சரியான வழியில் முயற்சிக்க நல்ல தலைவர் மக்களை ஊக்குவிப்பார். தீர்வுகள் சரியான முறையில் கொண்டு வரப்படும், மேலும் அனைவரும் சிறந்தக் காரியங்களைச் சூழ்நிலைகளுக்கு ஏற்றவாறு கற்றுக்கொள்வார்கள்.

வேறுபாடுகளில் ஒற்றுமை:

நல்ல தலைமை இருக்கும்போது, மக்களிடையே ஒற்றுமையும் நல்லிணக்கமும் இருக்கும். வேறுபாடுகள் ஆக்கபூர்வமாக இருக்கும், பாகுபாட்டை நோக்கி அல்ல. மக்கள் ஒருவருக்கொருவர் பயனளிக்க கூடிய விதத்தில் வெவ்வேறு காரியங்களில் தங்கள் பலத்தை ஒப்புக்கொள்வார்கள், மற்றும் ஒருவருக்கொருவர் தங்கள் வரம்புகளில் பலப்படுத்துவார்கள்.

ஒருவரையொருவர் ஊக்குவித்தல்:

நல்ல தலைமை இருக்கும்போது, நீதியும் ஒழுக்கமும் இருக்கும். மக்கள் எதை வேண்டுமானாலும் செய்யமாட்டார்கள், செய்யும் ஒவ்வொரு காரியத்திற்கும் பின்னால் ஒரு பெரிய நோக்கத்துடன் சரியான தகுதியான பொதுவான தரநிலைகள் இருக்கும். முன்னேற்றத்திற்காக ஒருவரையொருவர் திருத்தம் செய்வார்கள், குற்றச்சாட்டுவதற்கு அல்ல.

2. ஊக்குவிக்கும் பெருந்தலைவர்கள்

(வாழ்க்கையில் நல்ல முன்மாதிரிகளை வைத்துக்கொள்வதற்கு தூண்டவும் ஊக்குவிக்கவும்)

1. மகத்துவம்

மிகுந்த தாழ்மையுடன் இருத்தல்:

ஒரு சிறந்த தலைவர், கற்றுக்கொள்வதையும், தான் முன்னேறுவதையும் தொடர்கிறார். அவர் வெவ்வேறு காரியங்களையும் வெவ்வேறு நபர்களையும் அறிந்துகொள்கிறார், ஆனால் தனக்கு தெரிந்துக் காரியங்களைப் பற்றி ஒருபோதும் பெருமைக் கொண்டு அதைக் குறித்து பெருமையாகப் பேசுவதில்லை. ஒரு தலைவர் தனக்கு தெரிந்த விஷயங்களிலும், தான் வெளிப்படுத்தப்பட்ட விஷயங்களிலும் அவரை மிகவும் தாழ்த்துகிறார். குறைந்தவர் என மற்றவரால் எண்ணப்படுபவரிடமிருந்து கூடக் கற்றுக்கொள்வார், நிறைந்தவர்களுக்கு கூடச் சிறந்ததை கற்பிப்பார்.

சிறியவரையும் வரவேற்றல்:

ஒரு தலைவர் மனிதர்களின் செல்வங்கள், உடைமைகள் மற்றும் பழக்கவழக்கங்களின் அடிப்படையில் உள்ள பாகுபாடுகளால் பாதிக்கப்படுவதில்லை. ஒரு தலைவர் அனைவரையும் ஒரே மாதிரியாகப் பார்க்கிறார், மேலும் அவர்கள் செய்யும் எல்லாவற்றிலும் உண்மையான தேவையையும் நோக்கத்தையும் கண்டுபிடிக்க அனைவருக்கும் உதவுகிறார். ஒரு தலைவர் அவதூறு செய்பவர்களையும், குற்றம் நிறைந்தவர்களையும் மற்றும் குறைந்த சலுகை பெற்றவர்களையும் கூட ஏற்றுக்கொள்கிறார், மேலும் அவர்களின் திறனையும் மதிப்பையும் அறிய அவர்களுக்கு உதவுகிறார்.

மற்றவர்களுக்காக உயிரையும் கொடுத்தல்:

ஒரு தலைவர் தன்னலமற்றவர், தன்னைச் சுற்றியுள்ளவர்களுக்கு உருவம் சார்ந்தும் மனம் சார்ந்தும் அதிக இடத்தைக் கொடுத்துத் தனது வாழ்க்கையை வாழ்கிறார். கஷ்டங்களின் போது, தலைவர் முன்னிலை வகித்து மக்களைப் பாதுகாக்கிறார், மற்றவர்களுக்காகத் தனது சொந்த வாழ்க்கையை கொடுக்கத் தயாராக இருக்கிறார். ஒரு தலைவரின் ஒவ்வொரு செயலும் மனதின் அர்ப்பணிப்புள்ள உணர்ச்சிகளிலிருந்து வெளிவருகிறது, மேலும் அவரது உண்மை தன்மை அவரைச் சுற்றியுள்ள மக்களுக்கு முழுமையாகச் சேவைச் செய்யச் செய்கிறது.

2. மறைந்திருக்கும் பண்புகள்

ஒருவரோடொருவர் இணைந்திருத்தல்:

தலைவரின் மகத்துவத்திற்கு காரணம், தரங்களையும் வாழ்க்கை மதிப்பீடுகளையும் சமரசம் செய்யாமல் தன்னைச் சுற்றியுள்ளவர்களிடம் பச்சாதாபம் காட்டிப் புரிந்துகொள்வது. தலைவர் தனது குழுவினருக்கு இடமளிப்பதற்கும், அவர்கள் அவருடன் சேர்ந்து செயல்படுவதற்கும் சிறந்த விதத்தில் முயற்சிக்கிறார், ஆனால் எப்போதும் தவறுகளுக்கு எதிர்த்து நிற்கிறார், அதைச் சரிசெய்ய தனது சிறந்த முயற்சியை மேற்கொள்கிறார்.

மாறாத அன்பைக் கொண்டிருத்தல்:

தலைவர் தனது இதயத்தில் வெறுப்பைக் கொண்டிருப்பதில்லை, அவர் கோபமடைந்து, சுற்றியுள்ள மக்களிடம் கோபப்படும் சூழ்நிலைகளும் சந்தர்ப்பங்களும் இருக்கக்கூடும் என்றாலும், தலைவர் தனது மக்களின் தவறால் ஏற்படும் இழப்பை இழப்பீடால் மூடிமறைத்து, மீண்டும் தவறு செய்யாமல் இருப்பதற்கு உதவுவதன் மூலம் மக்களைச் சரி செய்கிறார்.

மக்கள் மீதுள்ள தலைவரின் அன்பும் அக்கறையும் மாறாதது, ஏனெனில் அது மக்கள் அவர்மீது கொண்டுள்ள அன்பின் அடிப்படையில் அல்ல, அவர் அவர்களை நேசிப்பதால் தான்.

மனதில் தாழ்மை:

தலைவருக்குப் பல காரியங்கள் தெரிந்திருக்கும், அவர் தனிப்பட்ட முறையில் ஆர்வமுள்ள சில விஷயங்களில் தனது நிபுணத்துவத்தைக் கொண்டிருக்கிறார், ஆனால் தலைவர் அதைப் பெருமையாகக் காட்டுவதில்லை, எப்போதும் மக்களுக்குத் தேவைப்படும்போது மட்டுமே அவரது திறமைகளையும் அறிவையும் பயன்படுத்துகிறார். தலைவர் தப்பித்துக்கொள்ளவோ விமர்சிக்கப்படுவார் என்ற பயத்தாலோ தன்னைத் தாழ்த்திக் கொள்வதில்லை, ஆனால் தன்னைச் சுற்றியுள்ள மக்களுக்கு இடம் கொடுப்பதற்காகவே.

மற்றவர்களைச் சிறந்தவராக மதிப்பிடுதல்:

வேறுபாடுகள் மற்றும் வரம்புகளைப் பொருட்படுத்தாமல் தலைவர் மற்றவர்களை மதிக்கிறார். தலைவர் ஒவ்வொரு மனிதனுக்கும் உள்ள திறனைப் புரிந்துகொண்டு, அவர்களிடமிருக்கும் திறமைகளை வெளியில் கொண்டுவருகிறார், இதனால் அவை அனைவருக்கும் பயனளிக்கும். தலைவர் குறைந்த மதிப்பைக் கொண்ட நபரிடம் பரிவு காட்டுகிறார், மேலும் அவர்களிடம் உள்ள தனித்துவமான குணங்களின் சிறப்பை அவர்கள் உணர உதவுகிறார்.

மற்றவர்களைக் கருத்தில் கொள்ளுதல்:

தலைவர் அதிகார செலுத்துபவர் அல்ல, ஆனால் தன்னைச் சுற்றியுள்ள மக்களைச் சரியான மதிப்பீடுகள் மற்றும் நல்லொழுக்கங்களுடன் சரியான வழியில் இயக்கி, மற்றவர்களின் கருத்தை எப்போதும் எடுத்துக் கொள்கிறார். தலைவர் மற்றவர்களின் கருத்துக்களைக் கேட்பது

மட்டுமல்லாமல், ஒவ்வொரு தீர்மானத்திலும், கட்டுவிக்கும் ஆக்கபூர்வமான ஒவ்வொரு செயலிலும் மற்றவரைக் கருத்தில் கொள்கிறார், இதனால் யாரும் எந்த வகையிலும் எதிர்மறையாகப் பாதிக்கப்படுவதில்லை.

2. தலைவரின் நற்பண்புகளையும் விரும்பத்தகாத பண்புகளையும் வேறுபடுத்துதல்

தலைவரின் நற்பண்புகள்	தலைவரின் விரும்பத்தகாத பண்புகள்
அன்பு மற்றும் பாசம்	அதிகாரம் மற்றும் முதலாளித்துவம்
ஐக்கியம்	மேலோட்ட உறவு
கருணையுள்ளவர்	கடுமையானவர்
ஒன்றாக இருத்தல்	பிரிக்கப்பட்டிருத்தல்
மற்றவர்களைக் கருத்தில் கொள்ளுதல்	சுய நோக்குடன் இருத்தல்
அமைதி மற்றும் நல்லிணக்கம்	சண்டை மற்றும் வீண் பெருமை
மனதின் தாழ்வு	சுயத்தைப் பற்றிப் பெருமை பேசுதல்
மற்றவர்களை மதிப்பது	மற்றவர்களைத் தாழ்த்துவது
நோக்கத்தை நிறைவேற்றுதல்	நற்பெயருக்காகச் செயல்படுதல்
நன்மைக்குக் கீழ்ப்படிதல்	பெருமை பேசுதல்

3. எடுத்துக்காட்டுகள்

அராமின் வாழ்க்கை:

திரு. அராம் ஒரு பெரிய நிறுவனத்தை வைத்திருந்தார், மேலும் தேவையான அனைத்து பொருட்களுடனும் அவர் நன்கு வாழ்ந்தார், அதிக செல்வத்தையும் செழிப்பையும் கொண்டிருந்தார், வசதியான இடத்தில்

இருந்தார். அவர் ஒரு பெரிய நில உரிமையாளர், அவரது காலத்தின் செல்வந்தர், மரியாதைக்குரிய நபர். அவரிலும் உயர்ந்தவர் ஒருவர் அவரைத் தனது சொகுசு வாழ்வை கைவிட்டு, ஒரு பெரிய நோக்கத்திற்காகவும், சிறந்த நன்மைக்காகவும் வேறொரு நாட்டிற்குச் செல்லும்படி அவரிடம் கூறினார். திரு. அராம் அதிகம் யோசிக்கவில்லை, ஆனால் எழுந்து, அழைப்பிற்குக் கீழ்ப்படிந்து, வயதான காலத்தில் தனது மனைவி மற்றும் சில உடைமைகளுடன் வேறொரு தேசத்திற்குப் போகத் தொடங்கினார். ஆராமை சார்ந்து இருந்த நெருங்கிய நண்பரான ஒருவரும் சில உடைமைகளைக் கொண்டிருந்தார், ஒரு கட்டத்தில் தொடர்ந்து அவர்கள் ஒன்றாக இருக்க முடியாது என்ற சூழல் இருந்தது, மேலும் அவர்கள் இருவரும் வெவ்வேறு திசைகளில் செல்ல முடிவு செய்ய வேண்டியிருந்தது. திரு. அராம் முதலில் தேர்ந்தெடுப்பதைப் பொருட்படுத்தவில்லை, அவர் உயர்ந்தவராகவும் வயதானவராகவும் இருந்தபோதிலும், அவர் தன்னை சார்ந்து இருப்பவருக்கு முடிவு செய்யும் வாய்ப்பினை கொடுத்தார். அராமின் நெருங்கிய நண்பர் கண்களுக்கு வளமான செழிப்பான நிலத்தைத் தேர்ந்தெடுத்தார், எஞ்சியவற்றை அராம் தேர்வுச் செய்தார்.

ஜோஸ் இன் வாழ்க்கை:

திரு. ஜோஸ் கால்நடைகளை வளர்க்கும் வேலையைச் செய்யும் ஒரு சாதாரண மனிதர். ஆனால் அவர் தனது எதிர்காலத்திற்கான பெரிய தரிசனங்களையும் குறிக்கோள்களையும் கொண்டிருந்தார், மேலும் அவர் தான் வயதான பிறகு ஒரு பெரிய நிர்வாகியாக மாறுவார் என்று உறுதியாக நம்பினார். திரு. ஜோஸ் தனது தரிசனங்களை தனது நண்பர்கள் மற்றும் குடும்பத்தினருடன் பகிர்ந்துக் கொண்டார், ஆனால் அவர்கள் அனைவரும் அவரைப் புறக்கணித்துக் கேலி செய்தனர். அவருடைய பெரிய கனவுகள் காரணமாக அவரை நிராகரித்தனர். பல ஆண்டுகளாகப் பல உந்துதல்கள், தோல்விகள், வெறுப்பு, பொறாமை மற்றும் துரோகம் ஆகியவற்றிற்குப் பிறகு, திரு. ஜோஸ் தனது

திறமைகளையும் திறனையும் சில நபர்களுக்கு முன் பயன்படுத்த வாய்ப்பு கிடைத்தது. திரு. ஜோஸ் அந்த வாய்ப்பைப் பயன்படுத்திக் கொண்டார். சில காலம் கழித்து தனது திறமைகளையும், அறிவையும் நாட்டின் ஆட்சியாளரின் முன் பயன்படுத்த வாய்ப்பு கிடைத்தது, அதையும் திரு. ஜோஸ் பயன்படுத்திக்கொண்டார், அதனால் நாட்டின் இரண்டாவது மிக உயர்ந்த அதிகாரியாக ஆனார். பிறகு, தன்னை நிராகரித்தவர்களுக்குக் கூட அவர் முழு மனதுடன் சேவை செய்தார்.

டேவ் இன் வாழ்க்கை:

திரு. டேவ் ஒரு எளிய தோற்றத்தைக் கொண்டிருந்தார், எனினும் அவர் அழகானவர், வலிமை மற்றும் நம்பிக்கையில் சிறந்தவர். அவர் தனது முழு பலத்தோடு சார்ந்திருப்பவர்களைப் பாதுகாப்பார். அவர் மக்கள் மீதான அக்கறையும் தயவும் கொண்டவர், தன்னைச் சுற்றியுள்ள மக்களின் நலனுக்காக அவர் மேற்கொண்ட முயற்சிகளின் காரணமாக அவரை அனைவரும் விரும்பினர். திரு. டேவ் ஒரு காலத்தில் நாட்டின் ஆட்சியாளராகிவிட்டார், அதிகாரம் மற்றும் பதவிகள் அனைத்தும் அவரது கைகளில் இருந்தன. திரு. டேவ் ஒரு பெண்ணிடத்தில் தவராக நடந்த பிறகு, அவளது கணவரைக் கொன்ற மிகப்பெரிய தவறைச் செய்தார். எல்லா அதிகாரத்தையும் அவர் கையில் வைத்திருப்பதால் யாரும் அவரிடம் அதைப் பற்றிப் பேசத் துணியவில்லை. இறுதியாக, உண்மை மற்றும் நீதிக்காக நிற்கும் துணிச்சலான மனிதர்களில் ஒருவர் திரு. டேவிடம் வந்து அவர் செய்த தவறை ஒரு எடுத்துக்காட்டு மூலம் தெரிவித்தார். திரு. டேவ் தனது தவறுக்கு வருத்தம் அடைந்தார், அதை ஒப்புக் கொண்டார், மேலும் மிகுந்த கசப்புடன் அவர் தனது தவறை சரி செய்யவும், மக்களின் நம்பிக்கையை மீண்டும் பெறவும் முயன்றார்.

டானியின் வாழ்க்கை:

திரு. டானி தனது பணிக்காக ஒரு நாட்டிலிருந்து மற்றொரு நாட்டிற்கு குடிபெயர்ந்தார். அவர் தனது நாட்டில் நல்ல கல்வியையும் அந்தஸ்தையும

கொண்டிருந்தார், ஆனால் மற்ற நாட்டில் சலுகைகளை அவர் அனுபவிக்கவில்லை. அந்த நாட்டிற்கு பொருத்தமான நடைமுறைகள் மற்றும் சட்டங்களின் தொகுப்பைப் அவர் பின்பற்ற வேண்டி இருந்தது, அதனுடன் ஒத்துப்போவது மிகவும் சவாலானது என்று அவர் கண்டார். திரு. டேனி மெதுவாக வெவ்வேறு விஷயங்களைக் கற்றுக்கொண்டார், ஆனால் அவர் வைத்திருந்த தரநிலைகள் மற்றும் மதிப்பீடுகளில் அவர் சமரசம் செய்யவில்லை. திரு. டானி பிற நாட்டில் உள்ள மக்களின் கலாச்சாரம், மொழி மற்றும் நடைமுறைகளில் உள்ள வேறுபாடுகள் நிமித்தம் அவர்களை ஏற்றுக்கொள்ள திறந்த மனதுடன் இருந்தார். அவர் எல்லாவற்றையும் கற்றுக்கொள்ளும் மனப்பான்மையில் இருப்பதால், மற்றவருக்கு மறைக்கப்பட்ட விஷயங்களின் சிறந்த விளக்கங்களைக் கூறுகிறவராக மாறினார். அதனால் திரு. டானிக்கு ஆட்சியாளரால் வெகுமதி வழங்கப்பட்டது, அவருக்கு நிர்வாகி பதவி வழங்கப்பட்டது. அவர் எந்தத் தவறும் செய்யவில்லை பொறாமையின் நிமித்தம் மற்ற தலைவர்களால் குற்றம் சாட்டப்பட்டார், அதனால் அவருக்கு மரண தண்டனை விதிக்கப்பட்டது. எனினும் திரு. டானி தரநிலைகள் மற்றும் மதிப்பீடுகளில் என்றும் உறுதியாக இருந்தார், அதனால் எல்லாவற்றிலும் திரு. டானி தன்னை சரியானவர் என்று நிரூபித்தார், யாராலும் அவரை முறியடிக்க முடியவில்லை.

கிறிஸின் வாழ்க்கை:

திரு. கிறிஸ் குழந்தை பருவத்திலிருந்தே பரந்த ஞானம், அறிவு, திறன்கள், தாலந்துகள் மற்றும் திறமைகளைக் கொண்ட ஒரு சிறந்த நபராக இருந்தார். அவர் பல விஷயங்களை அறிந்திருந்தாலும், தன்னிடம் இருந்த அனைத்தையும் பற்றி அவர் ஒருபோதும் பெருமை கொள்வதில்லை, ஆனால் வாழ்க்கையின் பொருத்தமான மற்றும் தேவையான சூழ்நிலைகளில் அதைப் பயன்படுத்தினார். திரு. கிறிஸ் இளம் வயதிலேயே வீட்டு வேலைகளைச் செய்வதிலும், தந்தையின் வேலைகளில் உதவுவதிலும் மிகவும் தாழ்மையுடன் இருந்தார். அவர்

கீழ்ப்படிதலுடன் நல்லவராகவும் இருந்தார், ஆனால் அதே நேரத்தில், அவர் சரியில்லாததை எதிர்த்து நின்றார், தவறுகளைக் கடுமையாகக் கண்டித்தார். அவரது இளமை பருவத்தில், கிறிஸ் மிகவும் சுயாதீனமாக இருந்தார், மேலும் அவர் உணர்வு ரீதியாகவும், அறிவுபூர்வமாகவும், உடல் ரீதியாகவும் நிறைய பேருக்கு உதவினார். பலர் கிறிஸைப் பாராட்டினர், வரவேற்றனர், அதே நேரத்தில், அவர் பெரியவராவதால் தங்கள் நிலையை இழக்க நேரிடும் என்ற அச்சமும் பொறாமையும் கொண்ட சிலர் இருந்தனர். அவர்கள் கிறிஸ் மீது பொய்யான குற்றச்சாட்டுகளை முன்வைத்தனர், ஆனால் அவர் அவர்களைக் தண்டிக்கவில்லை, அதற்குப் பதிலாகச் சரியான காரணத்தை அவர் விவரித்தார். அவர்கள் அவருக்கு மரண தண்டனை விதித்திருந்தனர், கிறிஸ் இறக்கும் போது கூட, அதற்குக் காரணமானவர்களை அவர் மன்னித்தார்.

4. வாழ்விலிருந்து கற்றுக்கொள்ளக்கூடியவை

உண்மையுள்ளவர்களாகவும் பயனுள்ளவர்களாகவும் இருத்தல்:

ஒப்படைக்கப்பட்டதும் எதிர்கொண்டதுமான சிறிய விஷயங்களிலிருந்து எல்லாவற்றிலும் ஒரு நபர் உண்மையுள்ளவராக இருக்க வேண்டும். கொடுக்கப்பட்ட / எடுக்கப்பட்ட பொறுப்புகளை நிறைவேற்றச் சிறந்த முயற்சிகளை மேற்கொள்வது அவசியம், அத்துடன் உறுதியளித்த வார்த்தைகளை நிறைவேற்றுப்பர் ஒரு சிறந்த தலைவர். அவர் பலருக்கும் சிறந்த விதத்தில் பயனுள்ளவராக இருக்க முடியும்.

மற்றவர் தங்களை வெளிப்படுத்த உதவுதல்:

நம்மைச் சுற்றியுள்ளவர்களின் உண்மையான எண்ணங்களை வெளிக்கொணர்வது எப்போதுமே மிகவும் கடினம், ஏனென்றால் அனைவருக்கும் மற்றவர்கள் என்ன நினைப்பார்கள் என்ற பயம் உள்ளது, மற்றவர்களுக்கு முன்பாக நன்றாக இருக்க விரும்புகின்றனர். ஒரு நபர் மற்றவர்களின் நம்பிக்கையைப் பெறுவது மிகவும் கடினம், ஏனென்றால் அதற்கு நம்பகதன்மை தேவைப்படுகிறது, மேலும் ஒருவரோடு தொடர்பில் இருப்பது தங்கள் சுயத்தை வளர்த்துக் கொள்ள உதவும் என்ற சிந்தனையும் தேவை. ஒரு நல்ல தலைவர் எப்போதுமே மற்றவர்கள் தங்களை வெளிப்படுத்த வாய்ப்பளிப்பார், பிழைகளுக்கு அவர்களைக் கண்டிக்கவோ அல்லது குறை கூறவோ மாட்டார், தொடர்ந்து ஊக்கப்படுத்துவார்.

தொலைநோக்கமும் குறிக்கோள்களும் கொண்டிருத்தல்:

ஒவ்வொருவரும் தங்கள் வாழ்க்கை முறையுடன் நாளுக்கு நாள் தங்கள் வாழ்க்கையை வாழுகிறார்கள். நாம் கடைப்பிடிக்கும் காரியங்களின் அடிப்படையில் வாழ்க்கை சுவாரஸ்யமாகவோ அல்லது சலிப்பாகவோ இருக்கும். எந்தவொரு நேர்மறையான மாற்றமும் இல்லாமல், அல்லது எதிலாவது கவனம் செலுத்தாமல் ஒரு நபர் தொடர்ச்சியான விஷயங்களைப் பின்பற்றினால் அது சோர்வை ஏற்படுத்தும். ஒரு தலைவருக்குத் தொலைநோக்கமும் குறிக்கோள்களும் உள்ளன, மேலும் அவற்றை நிறைவேற்றுவதற்கான இலக்குகளை நிர்ணயிப்பதற்கு மற்றவர்களை அவர் ஊக்குவித்து உதவுவார்.

வாய்ப்புகளைப் பயன்படுத்துதல்:

செய்வதற்கு நிறைய காரியங்கள் எப்போதும் இருக்கக்கூடும், ஆனால் செய்ய வேண்டிய ஒன்றாகக் அதைக் கருதினால் மட்டுமே அதைச் செய்ய முடியும். நிறைய பேர் சுற்றியுள்ள வாய்ப்புகளை உணர்வதில்லை, தேவைப்பட்டால் ஆராய்ந்து பயன்படுத்தக்கூடிய ஒன்றாக நினைக்கிறார்கள். ஒரு தலைவர் என்பவர் தனது தேவை அல்லது சுற்றியுள்ள மக்களின் தேவைக்கேற்ப, பல்வேறு வாய்ப்புகளைப்

பயன்படுத்துபவர். நேர்மறையான வளர்ச்சிக்குத் தடையாக இருக்கும் எந்தவொரு கட்டுப்பாடுகளும் இல்லாமல் தங்களைச் சுற்றியுள்ள வாய்ப்புகளை அவர்கள் ஆராய்ந்து பயன்படுத்த ஒரு தலைவர் மக்களுக்கு உதவுகிறார்.

கைகளில் உள்ளவற்றுடன் நம்பிக்கை கொண்டிருத்தல்:

மற்றவர்களின் கருத்துக்கள் மற்றும் பழக்கங்களினால், தங்களிடம் இல்லாததைக் குறித்து மக்கள் அதிக அழுத்தத்திற்கு ஆளாகி தங்களிடம் இருப்பவற்றை குறித்து கண்மூடித்தனமாக இருக்கிறார்கள். கையில் உள்ளவற்றை வைத்து நம்பிக்கையுடன் இருப்பது முக்கியம், மேலும் அதை மற்ற விஷயங்களைக் கற்றுக்கொள்வதற்கும் / சம்பாதிப்பதற்கும் பயன்படுத்துவதும் அவசியம், ஒரு நல்ல தலைவர் அதைச் செய்கிறார். தலைவர் தன்னிடம் உள்ள காரியங்களைப் குறித்து நம்பிக்கையுடன் இருப்பது மட்டுமல்லாமல், மற்றவருக்கு நம்பிக்கையையும் வழிகாட்டலையும் அளிப்பதன் மூலம் அவற்களுக்கு தெரிந்தவற்றையும், அவர்களிடம் உள்ளவற்றையும் பயன்படுத்த மக்களுக்கு உதவுகிறார்.

தவறுகளை ஏற்றுக்கொண்டு அதைச் சரிசெய்தல்:

ஒரு நபர் ஏதாவது செய்ததாக யாரோ ஒருவர் நேரடியாகச் சுட்டிக்காட்டி கூறும்போது, அந்த நபர் பெரும்பாலும் தன்னை தற்காத்துக் கொள்ள முயற்சிப்பார், அந்த நேரத்தில் அதிகம் சிந்திக்காமல் இருப்பார். ஆனால் ஒரு தலைவர் மற்றவர்களின் குரல்களை எச்சரிக்கையாகக் கேட்பதுடன், தகுந்த முறையில் பதிலளிப்பவர், சுயத்தை பாதுகாக்க அல்ல, உண்மைகளை ஒப்புக்கொள்ளும் வகையில். தலைவர் தவறுகளை ஏற்றுக்கொண்டு ஒரு தீர்வைக் கண்டறிவார் அல்லது மற்றவர்களிடமிருந்து சிறந்த தீர்வைக் கேட்டறிவார். தலைவர் குற்றம் சாட்டாமல் மற்றவர்களின் தவறுகளை ஏற்றுக்கொள்கிறார், எப்போதும் அதைச் சரிசெய்ய முயற்சிக்கிறார்.

வெவ்வேறு சூழ்நிலைகளுக்கு ஏற்ப நடத்தல்:

சுற்றியுள்ள வெவ்வேறு சூழ்நிலைகள் நாம் சிந்திப்பதிலும் செயல்படுவதிலும் முக்கிய பங்கு வகிக்கின்றன. வழக்கமாக, பலர் தங்கள் முன்னோர்கள் மூலமாகப் பாரம்பரியமாகக் கடைப்பிடிப்பதை மாற்ற விரும்புவதில்லை, ஏனெனில் அவர்கள் தவறாகிவிடுவார்களோ என்ற பயம் அவர்களுக்குள் உள்ளது. நம்பிக்கைகள் மற்றும் தரநிலைகளில் சமரசம் செய்யாமல், சுற்றியுள்ள மக்களுக்கு உதவுவதற்காகத் தலைவர் வெவ்வேறு சூழ்நிலைகளை ஏற்கிறார். தலைவர் தனது மக்களுடைய வாழ்க்கையின் வெவ்வேறு சூழ்நிலைகளுக்கு ஏற்ப உண்மையை நிலைநிறுத்த உதவுகிறார்.

தரநிலைகள் மற்றும் மதிப்பீடுகளைத் கொண்டிருத்தல்:

எப்போதும் உண்மையானவராக இருப்பது மற்றும் வாழ்க்கையில் தரங்களையும் மதிப்பீடுகளையும் வைத்திருப்பது மிகவும் கடினம். உண்மையாகவும் நியாயமாகவும் இருப்பதற்கான விலை மிக அதிகம். சுற்றியுள்ள பெரும்பாலான மக்கள் மாறுபாடுள்ளவர்கள், மற்றவர்களும் தவறுள்ளவராக இருக்க வேண்டும் என்று விரும்புகிறவர்கள், ஏனென்றால் யாராவது உண்மையானவராக இருந்தால் அவர்கள் பிடிபடுவார்கள் என்ற பயம் இருக்கிறது. தலைவர் ஒருபோதும் தான் வைத்திருக்கும் தரநிலைகளையும், பின்பற்றத் தகுதியான மதிப்பீடுகளையும் சமரசம் செய்யமாட்டார். தலைவர் அவரைச் சுற்றியுள்ள மக்கள் வாழ்க்கையின் உயர் தரநிலைகளையும் நல்லொழுக்கங்களையும் தக்க வைத்துக் கொள்ள உதவுவார்.

தாராளத்துடனும் பணிவுடனும் இருத்தல்:

காரியங்களில் முழுமை இருப்பின், எப்போதும் பெருமை சேர்ந்து இருக்கும். ஒரு நபருக்கு உண்மையிலேயே மதிப்புமிக்க செல்வம் அல்லது ஞானம் இருக்கும்போது தாழ்மையுடன் இருப்பது எப்போதுமே கடினம், ஏனெனில் சுற்றியுள்ள மக்கள் அந்த நபரைப் பற்றிப் பெருமையாகப்

பேசுவார்கள் அல்லது அந்த நபர் தனது செல்வம் அல்லது ஞானத்தை வெளிப்படுத்த விரும்புவார். குறிப்பிட்ட காரியங்களின் ஞானத்திலோ அல்லது நிபுணத்துவத்திலோ ஏராளமானவராக இருப்பவர் தலைவர், ஆனால் அதைப் பற்றி ஒருபோதும் அவர் பெருமை பேசுவதில்லை. தலைவர் தனது சிறந்தக் காரியங்களைச் சுற்றியுள்ள மக்களை மேம்படுத்துவதற்கும் அவர்களுக்கு உதவுவதற்கும் பயன்படுத்துகிறார். மேலும், ஏராளமான மக்கள் பொறுப்பாளர்களாகத் தாழ்மையுடன் இருக்கவும் அவர் வழிகாட்டுகிறார்.

மற்றவர்களின் தவறுகளை மன்னித்தல்:

கோபத்தினாலோ சுயத்தின் தலைகனத்தை பாதுகாக்கவோ, பலர் மற்றவர்களின் தவறுகளை மன்னிக்க மாட்டார்கள். ஒரு நபர் மீது வைத்திருக்கும் மிகுந்த நம்பிக்கையையும் சார்பையும் இழக்கும் போது மற்றவர் அந்த நபரின் தவறை ஏற்றுக்கொள்வது மிகவும் கடினம். ஒரு தலைவர் மற்றவர்களின் சூழ்நிலைகளையும் மற்றவர்களின் நிலையையும் புரிந்துகொள்வதால் மற்றவர்களின் தவறுகளை மன்னிப்பார், மேலும், சுயத்திற்கு ஏற்படும் விளைவுகளைப் பார்ப்பதை விட மற்றவரின் மீது அக்கறை கொள்வார். விரோதத்திலிருந்து விடுபட்டு, ஒருவரையொருவர் மன்னித்துச் சிறந்த முறையில் இருக்க, தலைவர் மற்றவர்களுக்கு உதவுவார்.

5. உத்வேகம் பெறுதல்

ஒரு நபரை ஆழமாக அறிந்து கொள்ளுதல்:

ஒருவரின் சொற்பொழிவு மற்றும் தூண்டுதல் பேச்சைக் கேட்கும்போது அது எப்போதும் சுவாரஸ்யமானதாகவும் ஊக்கமளிப்பதாகவும் உள்ளது. யாராவது நல்லதைப் பேசும்போது சரியான மதிப்பீடுகள் மற்றும் எண்ணங்களால் ஈர்க்கப்படுவது நல்லது. ஆனால் ஊக்கமளிக்கும் நபர்

பொருத்தமான செயலைச் செய்யாத பொழுதும் மாறுபாடான ஒன்றைச் சொல்லும் பொழுதும், அதை ஒப்புக்கொள்வதும் பின்பற்றுவதும் எப்போதும் சரியானதல்ல. யாரும் கண்மூடித்தனமாக ஒருவரை பின்தொடரக் கூடாது, ஒருவரது சொற்களும் செயல்களும் ஒன்றாகச் செல்கிறதா சரியாகச் சீரமைக்கப்பட்டுள்ளதா என்பதைச் சரிபார்க்க அந்த நபரை ஆழமாக அறிந்துக் கொள்ள வேண்டும். ஒருவருடைய செயல்கள் பின்பற்ற ஏற்புடையதாகவும் இருக்க வேண்டும்.

நேர்மறை மற்றும் எதிர்மறை செயல்களை ஆய்வு செய்தல்:

பூரணமாக எவரும் இல்லாததால், மிகவும் போற்றப்படுபவர் அதிக சரியான நபராக இருப்பதில்லை. ஒவ்வொருவரும் தங்கள் உடல், சிந்தை, சமூகம் அல்லது சூழலின் அடிப்படையில் பல்வேறு காரணங்களால் அவர்களின் வாழ்க்கையில் வரம்புகள் மற்றும் பின்னடைவுகள் உள்ளன. எந்தவொரு குற்ற உணர்வும் இல்லாமல் சுயத்திற்கும் மற்றவர்களுக்கும் மகிழ்ச்சியைத் தரக்கூடிய மெய்யாக ஏற்றுக்கொள்ளக்கூடியவற்றைப் பின்பற்றுவதற்காக, ஒரு நபரின் ஒவ்வொரு செயலையும் முழுமையான உயர் தரங்களுடன் ஒப்பிட்டு ஆய்வு செய்வது எப்போதும் அவசியம்.

நேர்மறையானவற்றை   உருவாக்குதலும்   எதிர்மறைகளை புறக்கணித்தலும்:

ஒவ்வொருவரிடமிருந்தும் பின்பற்றச் சில நற்காரியங்கள் உள்ளன, மேலும் வாழ்க்கையின் ஒரு துறையில் நன்கு அறியப்பட்ட ஊக்கமளிக்கும் சில நபர்கள் வேறு காரியங்களில் கடுமையான சில தவறுகளைச் செய்திருப்பார்கள், அது அவர்களைக் கீழ்ப்படுத்தும். நாம் நம் சுயத்தை குறித்து சிந்திப்போமென்றால் அது நம்மிலும் எப்போதும் உணரக்கூடியது, தவறான சில காரியங்கள் நமக்குள்ளே உள்ளன, மேலும் சில விரும்பத் தகாத விஷயங்களும் நமக்குள் உள்ளன. நேர்மறையான விஷயங்களை நாளுக்கு நாள் வளர்த்து, எதிர்மறையான விஷயங்களை

நாளுக்கு நாள் மெதுவாக விட்டுவிட்டு, ஆக்கபூர்வமான காரியங்களைச் செய்வது அவசியம்.

குணநலனையும் நோக்கத்தையும் அறிதல்:

மிகவும் வெளிப்படையான செயல்கள் எப்போதும் உணர எளிதானவை, ஆனால் எல்லா செயல்களும் நாம் அறிந்தவற்றிற்கு மாறாகயும் உண்மையற்றதாகவும் உள்ளன. மறைக்கப்பட்ட, வக்கிரமான, சுயநலமான சில காரணிகள் எப்போதும் இருக்கலாம். ஒருவரின் நற்கிரியைகளையும் செயல்களையும் ஒப்புக்கொள்வதும் அறிவுறுத்துவதும் எப்போதும் நல்லது, ஆனால் அதே நேரத்தில், செயலின் நோக்கத்தைச் சோதித்து அறிந்துக் கொள்வதும் கூடவே அவசியம். செயல்களின் நோக்கம் ஒரு நபரின் தன்மையை வரையறுக்க உதவுகிறது. ஒரு நபரின் குணம் அவரின் முழுமையான தன்மையைப் வெளிப்படுத்துகிறது மற்றும் அவரின் எதிர்கால செயல்களைக் கணிக்க உதவுகிறது.

தவறுகளை கண்டுப்பிடிப்பவராக இல்லாமல் கற்ப்பவராக இருத்தல்:

ஒருவரின் தவறுகளைச் சுட்டிக்காட்டுவது மிகவும் எளிதானது மற்றும் தவறுகள் இல்லாமல் இருப்பது மிகவும் கடினமான பணி. தவறுகளை ஏற்கத் தயாராக இல்லாமல் இருப்பது சுயத்தைக் காத்துக்கொள்வதற்காக அனைவரும் செய்யும் பணியாகும். ஒரு நபரைத் திருத்தவும் மேம்படுத்தவும் தவறுகளைக் கண்டறியும் பொழுது அது ஆக்கபூர்வமானது, அதேசமயம் ஒருவரை கீழ்ப்படுத்த தவறுகளைக் கண்டுபிடிப்பது அழிவுகரமானது. தவறுகள் இருப்பதைக் கண்டறிபவர், அது ஏன் நிகழ்ந்தது என்று தெரிந்துக் கொள்ள முயற்சிக்க வேண்டும், மேலும் அதை எவ்வாறு சரிசெய்யலாம் என்றும் சரியானது என்ன என்பதற்கான பரிந்துரைகளையும் வழங்க வேண்டும்.

நல்லவற்றிற்கு உத்வேகம் பெறுதல்:

ஒவ்வொருவருக்கும் அவர்களின் விருப்பங்களுக்கு ஏற்ப எப்போதும் பிடித்த காரியங்கள் உள்ளன. சரியான நேரத்தில் தங்களுடைய ஆர்வங்களுக்கு ஏற்ப ஒருவரிடம் ஈர்க்கப்படுவது நல்லது. ஆனால் அனைவருக்கும் பிடித்தவற்றின் மீது முழுமையாக ஈர்க்கப்படுவது நம்முடைய நோக்கத்திலிருந்து விலகச் செய்வதாகவும் மாயையானதாகவும் கூட இருக்கலாம், ஏனென்றால் அனைவரிடத்திலும் சில நற்காரியங்கள் உள்ளன மற்றும் அதே நேரத்தில், சரியானதாக இல்லாத காரியங்களும் உள்ளன.

3. மக்கள் மீது இரக்கம்

(சுயத்தைச் சுற்றியுள்ளவர்களிடத்தில் மெய்யான அக்கறையும் பரிவும் கொண்டிருக்க)

1. வரம்புகளை அறிதல்

காரியங்களை அனுபவிக்க வலிமை:

ஒரு நபர் மிகவும் புத்திசாலியாகவோ, அதிக தகுதி உடையவராகவோ, மிக உயர்ந்த பதவியில் இருப்பவராகவோ, நிறைய செழிப்பை உடையவராகவோ இருக்கலாம், ஆனால் வலிமை இல்லாததால் அந்த நபர் காரியங்களை அனுபவிக்க முடியாவிட்டால், அது மிகவும் கொடூரமான காரியமாக இருக்கும். பணக்காரர் அல்லது ஏழை, இளவரசர் அல்லது தாழ்ந்தவர் என ஒரு நபர் எப்படி இருந்தாலும், ஒவ்வொருவரும் முழுமையாகச் செயல்படும் மனிதர்களாக இருப்பதற்கு ஏதோ ஒன்று தேவை. எனவே, ஒவ்வொருவரும் ஒருவரையொருவர் ஏற்றுக் கொண்டு, ஒருவருக்கொருவர் பங்களிக்க வேண்டும், என்னவாக இருந்தாலும் தேவையில் உள்ளவர்களுக்குக் கருணை காட்ட வேண்டும்.

வாழ்க்கை நிச்சயமற்ற நிகழ்வுகளால் நிறைந்துள்ளது:

தங்களுக்கே உரிதான ஆர்வங்களும் விருப்பங்களும் அனைவருக்கும் உள்ளன, அவை மற்றவர்களின் செல்வாக்கு, மரபுகள் அல்லது சூழ்நிலைகளின் காரணமாக அடக்கப்படலாம். பலர் வாழ்க்கையின் எளிய காரியங்களைப் பற்றிப் பிடித்துக் கொள்கிறார்கள், ஆனால் அவர்கள் உண்மையில் தகுதியான காரியங்களை மதிப்பதில்லை. தற்காலிகமானதும் நிச்சயமற்றதுமான ஒரு காரியத்திற்காக மக்கள் மதிப்புமிக்க காரியங்களை வெறுக்கிறார்கள். நம்மைச் சுற்றியுள்ள வரம்புகள் மற்றும் நிச்சயமற்ற தன்மைகளை எல்லோரும் அறிந்துக் கொள்ள வேண்டும், அதை உணர மற்றவர்களுக்கு நாம் உதவ வேண்டும்.

நன்மையின் தேவை:

தேவையான அனைத்துடன் அதை அனுபவிக்க தேவையான எல்லா வலிமையையும் கொண்டவர்கள் சிலர் இருக்கிறார்கள். சிலர் அவர்கள் விரும்பும் அனைத்தையும் அனுபவிக்கிறார்கள், அவர்கள் உணர்வுகளையும் ஆசைகளையும் கட்டுப்படுத்தாமல் இருப்பதால், அவை சில காலத்திற்குப் பிறகு அழிவை ஏற்படுத்தும் அல்லது அதிருப்தி உணர்வுக்கு வழிவகுக்கும். நம்மை நாமே பாராட்டவும் ஒப்புக்கொள்ளவும் அனைவருக்கும் சில தரநிலைகளும் நன்மைகளும் தேவை.

திருப்தியின் அவசியம்:

ஒரு நபர் செய்யும் அனைத்தும் திருப்திகரமாக இருப்பதில்லை, மற்றும் தனது வாழ்க்கையை உடைமைகளாலோ சிற்றின்பங்களாலோ அனுபவித்து வரும் ஒரு நபர், அதை எப்போதும் இன்பம் நிறைந்ததெனக் கருதுவதில்லை. சரியான மதிப்பீடுகள் மற்றும் சரியான அணுகுமுறை கொண்ட ஒரு நபர் எப்போதும் தனது வாழ்க்கையை அனுபவித்து மகிழ்கிறார், எல்லா நேரங்களிலும் திருப்திகரமாக உணருவார். ஒவ்வொரு நாளும் ஒவ்வொரு முறையும் நாம் செய்யும் பல விஷயங்களில் மகிழ்ச்சி பெற, திருப்தி மிகவும் அவசியம்.

அறிவைப் பெறுதல்:

எல்லாம் தெரியும் என்றும், தெரிந்துக் கொள்ள புதிதாக எதுவும் இல்லை என்றும் யாரும் சொல்ல முடியாது. உலகம் எப்போதுமே புதுமைகள் மற்றும் விஷயங்களை மேம்படுத்துதலால் மாறுகிறது. குறைந்தது, நமக்கு ஆர்வமுள்ளதும் நாம் ஈடுபாடு கொண்டுள்ளதுமான துறைகளிலாகிலும் ஒவ்வொரு நாளும் அறிவைப் பெறுதல் பயனுள்ளதாக இருக்கும். நம்மைச் சுற்றியுள்ள அறியாத மக்களைச் சில காரியங்களில் தெளிவுபடுத்துவது, ஒட்டுமொத்த வளர்ச்சிக்கும் முன்னேற்றத்திற்கும் அவசியம்.

2. சுற்றிலும் பார்த்தல்

தவறு செய்பவர்களிடம் பொறுமையாக இருத்தல்:

தவறு நிறைந்தவர்களை பொறுத்துக்கொள்வதும் ஏற்றுக்கொள்வதும் மிகவும் கடினம், குறிப்பாக அவர்கள் நமக்கு நேரடியாக ஏதாவது தவறு செய்திருக்கும் போது. ஒருவர் மற்றவர்களுக்கு எதிராக ஏதேனும் தவறு செய்யும் போது நாம் அலட்சியமாக இருப்போம், சில சமயங்களில் அந்தத் தவறால் மற்றவர்கள் கடுமையான உடல்ரீதியான தாக்குதலுக்கு உட்படும்பொழுது மட்டுமே அதற்கு எதிர்வினையாற்றுகிறோம். மறுபுறம், ஒரு நபர் ஏன் வன்முறையில் ஈடுபடுகிறார், ஏன் சில தவறுகளைச் செய்கிறார் என்பதற்கான உண்மையான காரணத்தை நாம் ஆராய்ந்து கண்டறிய வேண்டும். அப்படி செய்தால் தவறு செய்பவரின் நல்வாழ்வு மற்றும் திருத்தம் காரணமாக நாம் பொறுமையாக இருக்க முடியும், இது பின்னர் ஏற்படக்கூடிய பல சிக்கல்களைச் சரிசெய்யும்.

தோல்விகளை ஏற்க திறந்த மனதோடிருத்தல்:

தங்களிடத்தில் ஒரு காரியம் தவறாக இருந்தாலும், அனைவரின் இயல்பான குணம் சுயத்தை பாதுகாப்பதாகும். அவ்வாறு இருந்தால் அது நேர்மறையான மாற்றங்களுக்கான வாய்ப்பினையும் தவறுகளிலிருந்து கற்பதற்கான மனப்பான்மையையும் பெறுவதிலிருந்து நம் சிந்தனையைத் தடைச்செய்கிறது. தோல்விகளை ஏற்றுக்கொள்வதற்கு திறந்த மனதோ இருப்பது முக்கியம், கீழே விழச் செய்யும் சூழ்நிலையும் விலகச் செய்யும் சூழ்நிலையும் இருக்கும்போது, அதிலிருந்து கற்றுக்கொண்டு, அடுத்து சிறப்பாக முன்னேற வேண்டும். இது நம் குணத்தை நம்பகத்தன்மை உடையதாக்குகிறது, மற்றும் நம் பொறுப்பின் கீழுள்ள ஏதாகிலும் தவறாக ஆனாலும், அதைக் கவனித்து சரிசெய்தல் நல்லது, இது நாம் சிறந்தவர்களாக இருக்க உதவுகிறது.

கடினமான சூழ்நிலைகளுக்குத் தயாராகுதல்:

கடினமான சூழல்கள் எப்போதும் வாழ்க்கையின் ஒரு பகுதியாகும். வாழ்க்கையின் சில சூழ்நிலைகளில், எதிர்பாராத விதத்தில் நடக்கும் காரியங்கள் கையாள மிகவும் கடினமானதாக இருக்கும். அதைத் தைரியத்துடனும் பலத்துடனும் எதிர்கொள்வது முக்கியம், அதனால் மன உளைச்சலுக்கு ஆளாகக் கூடாது. வாழ்க்கையின் வெவ்வேறு கடினமான

சூழ்நிலைகளைத் தழுவுவது நிறைய காரியங்களைக் கற்றுக்கொள்ள உதவும், மேலும் எதையும் நிதானத்துடனும் அமைதியுடனும் பொறுமையுடன் சமாளிக்க அது நம்மைத் தயாராக்கும்.

அனைவரின் ஆரோக்கியத்தை விரும்புதல்:

ஒவ்வொரு அம்சத்தையும் கருத்தில் கொண்டு, காரியத்தைப் பிரித்துச் செய்வது நிறைய நேரங்களில் கடினம். ஆனால் வாழ்க்கையின் முன்னேற்றத்தின் போது நாம் மறுபரிசீலனை செய்வது முக்கியம், நாம் எதைச் செய்தாலும் அது ஒரு நம் நீடிய க் கால திட்டத்தின் ஒரு பகுதியாக உள்ளதா எனவும், அது நேர்மறையான மாற்றத்தை அல்லது எதிர்மறையான மாற்றத்தைக் கொண்டுவருகிறதா என எண்ணிப்பார்ப்பது முக்கியம். மக்களை எதிர்மறையாகப் பாதிக்கும் சில விஷயங்களைச் சரியாகச் செய்வது ஒரு பேரழிவாக இருக்கும், அதைத் திரும்பிப் பார்க்கும்போது அதைச் செய்பவரால் உண்மையில் அதைப் போற்ற முடியாது. நாம் செய்யும் சிறிய அல்லது பெரிய காரியங்கள் ஒவ்வொன்றிலும், ஆரோக்கியமானதை உறுதிசெய்து, அனைவரின் நலனையும் விரும்புதல் மிகவும் அவசியம்.

3. மற்றவர்களின் நிலையிலிருந்து உணர்தல்

மற்றவர்களின் தேவையைப் புரிந்துக்கொள்ளுதல்:

பூமியில் உள்ள அனைத்து உயிரினத்தின் உயிர்வாழ்வும் சில அத்தியாவசியங்களாகிய தேவைகளைப் பொறுத்தது. தேவைகளைத் திருப்திகரமாக நிறைவேறுவது ஒரு நபரைத் தகுதியானவராகவும் மதிப்புமிக்கவராகவும் உணர செய்கிறது. அவர்கள் இருக்கும் நிலையைத் தவிர்த்து ஒவ்வொருவருக்கும் ஏதோ ஒருவித தேவை உள்ளது. மற்றவரின் தேவைகளைப் புரிந்துகொள்வதும், வாழ்க்கையில் திருப்தியையும் மகிழ்ச்சியையும் அடைய அவர்களுக்கு உதவுவதும் முக்கியம்.

பரிதவிப்பவர்களுக்கு ஊக்கம் அளித்தல்:

பரிதவிப்பது என்பது கடுமையான வறட்சி போன்ற சூழல் அல்லது சுற்றுப்புறத்தில் சாதகமற்ற சூழ்நிலைகளால் மாத்திரம் இருப்பதில்லை, அது ஒருவரின் பொறுப்பின்மை அல்லது சுய இயலாமை காரணமாகவும் இருக்கலாம். எல்லோரும் ஏதேனும் காரணத்தால், ஏதோ ஒரு கட்டத்தில், மிகவும் தேவைப்படும் ஒன்றிற்காகப் பரிதவிப்பது நேரிட்டிருக்கலாம். உண்மையிலேயே தேவையில் உள்ளவர்களுக்கு நாம் ஊக்கம் அளிக்க வேண்டும்.

தேவையான வழிகாட்டுதல்களை வழங்குதல்:

சுயத்தை கவனித்துக்கொள்வதற்கான வலிமை கொண்ட சிலர் உள்ளனர், ஆனால் அவர்களின் சுய திறனைப் பயன்படுத்துவதற்கு தேவையான ஆதரவும் வழிகாட்டுதலும் அவர்களுக்கு இல்லாமல் இருக்கலாம். மக்களின் தேவையைப் புரிந்துகொள்வதும், ஊக்கத்தை வழங்குவதும் அவசியம், ஆனால் அதே நேரத்தில், வழிகாட்டுதலையும் ஆதரவையும் அளிப்பதன் மூலம் மக்கள் தங்கள் சொந்தத் தேவைகளைத் தாங்களே கவனித்துக் கொள்ள உதவுவது நீண்டகாலம் தொடர்வதாகவும் நீடிப்பதாகவும் இருக்கிறது.

4. கரிசனையோடிருத்தல்:

இன்னொருவருக்கு தீமை செய்யாதிருத்தல்:

அனைவரும் சுய நோக்குடையவர்களாக மாத்திரம் இல்லாமல் ஒருவருக்கொருவர் மகிழ்ச்சியோடும், அமைதியோடும், இணக்கத்தோடும் வாழ, அவர்கள் செய்யும் எல்லாவற்றிலும் மற்றவர்களைக் கருத்தில் கொள்ள வேண்டும். மற்றவர் சரியானவர்களாக இல்லாவிட்டாலும், சுயநலத்திற்காகவும் சுய லாபத்திற்காகவும் எந்தச் சூழ்நிலையிலும் தெரிந்தோ தெரியாமலோ மற்றவர்களுக்குத் தீமை செய்யாமல் இருப்பது மிகவும் அவசியம்.

வெறுப்புணர்வு இல்லாதிருத்தல்:

ஒருவருக்கு உதவி செய்யாமலோ ஆதரிக்காமலோ இருப்பதற்கு நிறைய பகுத்தறிவு காரணங்கள் இருக்கலாம், ஆனால் அனுபவங்கள் மற்றும் வெளிப்பாடுகளின் காரணமாக ஒருவரை வெறுப்பதே அதற்கான முதன்மைக் காரணம். மற்ற நபரின் நல்வாழ்வையோ திருத்தத்தையோ பார்ப்பதிலிருந்து வெறுப்புணர்வு ஒரு நபரின் கண்களை மூடச்செய்கிறது, மேலும் அது ஒரு நபர் மற்றவர்களுக்குப் பயனுள்ளவர்களாக இருப்பதைத் தடுக்கிறது.

அன்பில் நிலைத்திருத்தல்:

அன்பு எல்லா தீமைகளையும் மறைய செய்கிறது, மற்ற நபர் அதைப் பெற தகுதியற்றவர் எனினும் அது நிச்சயமாக மற்றவர்கள் மீது கடினமான உணர்வுகள் இல்லாமல் இருக்க அனைவருக்கும் உதவும். அன்பில் நிலைத்திருப்பது மற்ற நபரை ஏற்றுக்கொள்ள உதவுகிறது, அந்த நபர் தவறாக இருந்தாலும், அது மற்ற நபரின் திருத்தத்தில் தொடர்ந்து அக்கரைக் கொண்டிருக்க செய்கிறது. அன்பு பொறுயை உள்ளடக்கியது, அது மற்றவர்களின் நலனில் அக்கறைக் கொள்ளச் செய்கிறது.

கைகளை நீட்டி உதவுதல்:

கைகளை நீட்டி உதவாமல், மற்றவரின் நலனில் யாரும் உண்மையான அக்கரையுள்ளவர்களாக இருக்க முடியாது. மிகக் குறைவான வருமானம் இருந்தாலும், மிகச் சிறந்ததைக் கொடுப்பதன் மூலம், மிகவும் தேவைப்படும் மற்ற நபருக்கு ஒவ்வொருவரும் பங்களிக்க வேண்டும். சொற்கள் முக்கியம், ஆனால் செயல்கள் சொற்களுக்கு ஏற்ப இருக்க வேண்டும், அது மிகவும் பாராட்டத்தக்கது.

மனதின் உண்மைத்தன்மை:

ஒரு நபர் அதிக பொருள்களை வழங்கக்கூடும், அவரைப் பார்க்கும் அனைவருக்கும் அவர் தயவானவராகத் தோன்றலாம், ஆனால் அந்த

நபருக்குள் சில மறைக்கப்பட்ட தவறான எண்ணங்கள் இருந்தால், அந்த நபர் தனது சேவையில் உண்மையானவராக இல்லாவிட்டால், அது அவருக்கு உண்மையில் திருப்திகரமானதாக இருக்காது, மேலும் அவர் ஒரு குறிப்பிட்ட நேரத்தில், மற்றவர்களுக்கு முன்பாக அவரது குணத்தால் தாழ்ச்சியடைவார். மனதின் உண்மைத்தன்மை சுயத்திற்கும் மற்றவர்களுக்கும் உண்மையாக இருக்க உதவுகிறது.

5. எளிமையான ஒன்றைச் செய்யத் தொடங்குதல்

கையில் இருப்பதைக் கொடுத்தல்:

தேவையில் உள்ள மக்கள் மீதான இரக்கத்தை மென்மையான கருணையுள்ள வார்த்தைகளில் மட்டும் நிறுத்த முடியாது, ஆனால் தேவையான நடவடிக்கை எடுக்க வேண்டும். தேவையில் உள்ள அனைத்திற்கும் நம்மால் செயல்பட முடியாது, ஆனால் நம் கையில் உள்ள விஷயங்களின் மூலம் எதையாவது செயல்படுத்துவது எப்போதும் சாத்தியமாகும். நம் கையில் இருப்பதைக் கொண்டு தேவையில் உள்ள மற்றவர்களுக்குக் கொடுப்பதை நாம் பழக வேண்டும்.

தெரிந்தவற்றிலிருந்து கற்றுக்கொடுத்தல்:

தேவையில் உள்ள மற்றவர்களுக்குக் கொடுப்பதற்கு நம்மிடம் எதுவும் இல்லாத நேரங்களும் இருக்கலாம், ஆனால் அனைவருக்கும் தெரிந்த ஒன்று நிச்சயமாக அது தெரியாத வேறு ஒருவருக்கு பயனுள்ளதாக இருக்கும். எனவே, கையில் எதுவும் இல்லை என்றாலும், அனைவருக்கும் தெரிந்தவற்றிலிருந்து கற்றுக்கொடுத்து ஆதரிக்க எப்போதும் ஒரு வாய்ப்பு உள்ளது.

எல்லாவற்றையும் நன்மைக்காக வழங்குதல்:

நம்மிடம் மிஞ்சி இருப்பதையும், நமக்குத் தெரிந்தவற்றையும் கொண்டு அனைவரையும் மேம்படுத்துவது சாத்தியமில்லை. ஆனால் எல்லாவற்றையும் நன்மைக்காகக் கொடுக்க நாம் தயாராக இருக்கும்போது நாம் எப்போதும் பயனுள்ளவராக இருப்போம். சில முன்முயற்சிகள் மற்றவருக்கு நிச்சயமாகச் சாதகமாகப் பயனளிக்கும் என்பதை நாம் அறிந்தால், நம்மால் முடிந்தவரை நாமே பங்களிக்கலாம், அதேபோல் அந்த நன்மைக்குத் தேவையான அனைத்தையும் சேகரிக்க மற்றவர்களையும் ஈடுபடுத்தலாம்.

4. தொடர்ந்துக் கற்றல்

(சுயத்தைப் பற்றியும், புதிய காரியங்களையும் உலகத்தைப் பற்றிய தகவல்களையும் அறிய)

1. சுயத்தை அறிதல்

இயற்கையில் சிறந்தவர்கள்:

உயிரினங்களில் மனிதன் மிகவும் தனித்துவமானவன், பூமியின் முகத்தில் மற்ற எல்லா உயிருள்ள உயிரற்ற காரியங்களைவிட மனிதன் உயர்ந்தவன். மனிதன் நிறைய சாதனைகளைப் புரிந்து, பல புதிய விஷயங்களைச் செய்துள்ளான். அறிவார்ந்த ஆற்றலும், விஷயங்களைக் கண்டறிந்து கட்டமைக்கும் திறனும் மனிதனின் சிறப்பு. மனிதர்கள் செய்யும் விஷயங்கள், சுற்றுச்சூழலை நேர்மறையாகவோ எதிர்மறையாகவோ பெருமளவில் பாதிக்கின்றன. உறுதியாக மனிதன் தான் பூமியின் முகத்தில் உள்ள அனைத்து காரியங்களுக்கும் உயிரினங்களுக்கும் பொறுப்பானவன்.

அணுகுமுறையில் வேறுபாடுகள்:

மனிதனின் ஆற்றல் மிகவும் சிறந்தது, ஆனால் உடல் வலிமையுடன் அறிவு மற்றும் உணர்வுகளின் பயன்பாடு பரவலாக வேறுபடுகிறது. ஒவ்வொருவரும் தங்கள் திறனை ஆக்கபூர்வமாகவும் பொது நலனுக்காகவும் பயன்படுத்துவதில்லை. சிலர் தங்களையும் தங்கள் சூழலையும் கட்டியெழுப்புவதில் அதிக அக்கறை காட்டுகிறார்கள், மற்றவர்களைக் குறித்து கவனம் செலுத்துவதில்லை, இது அதிக அழிவையும் ஏற்றத்தாழ்வையும் ஏற்படுத்துகிறது. எல்லாவற்றிற்கும் மேலான அனைவரும் மற்றவரிடத்திலும் அனைத்து காரியங்களிடத்திலும் உள்ள பொறுப்பை உணர்ந்து, அணுகுமுறையை நேர்மறையாக அமைக்க வேண்டும்.

மற்ற உயிரினங்களைவிட உயர்ந்தவர்கள்:

அறிந்தோ அறியாமலே மனிதர்கள் சுற்றுச்சூழல் அமைப்பில் உள்ள மற்ற எல்லா உயிரினங்களின் மீதும் ஆதிக்கம் செலுத்துபவர்கள். உள்நாட்டு சூழலிலிருந்து காட்டு சூழல் வரை அனைத்திலும் மனிதர்களின் செல்வாக்கும் கட்டுப்பாடும் உள்ளன. மனிதர்களுக்கு உடல், அறிவு மற்றும் உணர்வு சார்ந்த அதிக திறன் உள்ளது, அது வேறு உயிரினங்களுடன் ஒப்பிடும்போது அளவிட முடியாதது. பூமியில் மிகப் பெரிய மற்றும் வலிமையான உயிரினங்களின் செயல்திறனைக் கூடப் கட்டுப்படுத்தவும் பயன்படுத்தவும் மனிதர்களுக்கு மிகப்பெரிய சக்தி உள்ளது.

2. அறிவு / ஞானத்தை அதிகரித்தல்

வாழ்வதன் அவசியம்:

பூமியின் முகத்தில் நகரக்கூடிய ஒவ்வொரு உயிரினத்திற்கும் அறிவு மிகவும் அவசியம். அறிவு இல்லாமல் உயிர்வாழ்வது கிட்டத்தட்ட சாத்தியமற்றது. என்ன சாப்பிட வேண்டும், எதைப் பின்பற்ற வேண்டும், எப்படிக் காரியங்களைச் செய்ய வேண்டும் என்பது பற்றிய அறிவு, போன்ற காரியங்கள் அடிப்படையானவை மற்றும் அது ஒவ்வொரு உயிரினத்திற்கும் ஏற்ப மாறுபடும். அறிவு என்பது மிக அடிப்படையானதும் முதன்மையானதுமாக இருந்தாலும், முன்னோக்கி நகரவும் எதையாவது முயற்சிக்கவும் உதவும் முதல் படியாகும்.

ஞானத்தைத் தேடுவது அவசியமாகும்:

ஞானம் என்பது அறிவின் பயன்பாடு மற்றும் அது காரியங்களைப் பகுத்தறியவும் காரியங்களைச் சரியாகப் புரிந்துகொள்ளவும் உதவுகிறது. உணர்வுகள் மற்றும் எண்ணங்களுடன் மட்டுமல்லாமல் நுண்ணறிவுடனும் மனசாட்சியுடனும் சேர்ந்து ஞானம் செயல்படுகிறது. ஞானத்தைத் தேடுவது நிச்சயமான தேவை, இது சுயாதீனமான மற்றும் திறமை வாய்ந்த வாழ்க்கை முறைக்கு ஒரு அற்புதமான காரியம்.

அறிவும் ஞானமும் அதிகாரப்படுத்தும்:

வெவ்வேறு காரியங்களைப் பற்றி அறிந்துகொள்வது, அந்தக் காரியங்களைப் புரிந்துகொள்வதற்கும் சரியானவிதத்தில் அதைப் பயன்படுத்துவதற்கும் உதவுகிறது. ஞானம் காரியங்களைப் பயன்படுத்துவதில் மட்டுமல்லாமல், காரியங்களில் உள்ள நன்மை தீமைகளைப் பகுத்தாராய்ந்து, பின் தொடரும் நேர்மறையான மற்றும் எதிர்மறையான விளைவுகளைச் சிந்தித்துப் பார்த்தபின் அதற்கேற்ப காரியங்களைப் பயன்படுத்துவதில் உதவுகிறது. இதன்மூலம் வெவ்வேறு காரியங்களைப் பற்றிய அறிவும், வெவ்வேறு காரியங்களைப் சரியாகப் பயன்படுத்துவதும், திறனுள்ளவர்களாக இருக்க உதவுகிறது.

நலமான வாழ்விற்கான வழிகாட்டி:

அறிவு என்பது ஒவ்வொரு உயிரினத்திற்கும் இன்றியமையாத தேவை என்பது மறுக்கமுடியாதது, மேலும் உயரிய உயிரினங்களுக்கு, குறிப்பாக மனிதர்களுக்கு ஞானம் தேவையானதாகும். நேர்மறையான அணுகுமுறையும் சரியான நல்லொழுக்கங்களும் இல்லாமல் சுய-நோக்குடன் ஞானம் இருக்கும்போது மற்றவர்களுக்குப் பேரழிவை ஏற்படுத்தும். எனவே நலமான வாழ்விற்கு சுயநலம் இல்லாமல் சரியான குணத்துடன் இருப்பது அவசியம்.

தீர்க்கப்படாததற்கு தீர்வைக் கண்டறிதல்:

அறிவு மற்றும் ஞானத்தின் வளர்ச்சி தொடர்ச்சியாக இருக்க வேண்டும், அது விரிவானதாகவும் இருக்க வேண்டும். அதே நேரத்தில் அறிவும் ஞானமும் பலனளிப்பதும் அவசியம். தீர்க்கப்படாத பல சிக்கல்களும் சூழ்நிலைகளும் நம்மைச் சுற்றிலும் உள்ளன, அதற்குப் பொருத்தமான நடவடிக்கைகள் எதுவும் எடுக்கப்படாமல் இருக்கலாம். நாம் நம்மை மேம்படுத்திக் கொள்ளும் காரியங்களில் நமது அறிவையும் ஞானத்தையும் பயன்படுத்த முயற்சிக்க வேண்டும் மற்றும் தீர்க்கப்படாத காரியங்களுக்குச் சரியான தீர்வுகளைக் காண வேண்டும்.

நன்மை பயக்கும் காரியங்களை நம்புதல்:

நம்மைச் சுற்றியுள்ள அனைத்தும் நம் விருப்பங்களுக்கும் தேடல்களுக்கும் ஏற்ப ஒருவிதத்தில் நமக்குக் காரியங்களைக் கற்றுத் தருகின்றன. சில நேரங்களில் நாம் செய்யும் விஷயங்களைப் குறித்து நாம் அதிகம் அக்கறை கொள்ள மாட்டோம், மேலும் அது எந்த வகையிலும் ஆக்கபூர்வமாகப் பங்களிக்கவில்லை என்பதை உணராமல் தொடர்ந்து செய்வோம். நாம் தெரிந்துகொள்ளவும் பயன்படுத்தவும் விரும்பும் காரியங்கள், சுயத்திற்கும் மற்றவர்களுக்கும் எவ்வாறு பயனளிக்கின்றன என்பதைப் பற்றி நாம் எப்போதும் சிந்திக்க வேண்டும்.

3. நன்மை பயக்கும்

உயரிய மதிப்பீடுகளைக் கொண்டிருத்தல்:

நிறைய போட்டிகளுடன் பரபரப்பான உலகில் நாம் வாழ்ந்து வருகிறோம், சிறந்த வாழ்க்கையைத் தேடுகிறோம். கடினமாக நாம் உழைக்கிறோம் மற்றும் மற்றவர்களின் மரியாதையைப் பெற உடைமை, அதிகாரம் அல்லது செழிப்பு அனைத்தையும் பெற நம்மால் முடிந்தவரை முயற்சி செய்கிறோம். இதற்கிடையில், நாம் மற்றவர்களுக்காக மாத்திரமல்ல, நமக்காகவும் வாழ்கிறோம் என்பதை சில நேரங்களில் மறந்து விடுகிறோம். வாழ்க்கையின் உயரிய மதிப்பீடுகளை நாம் மறந்துவிட்டு, மற்றவர்களைப் பிரியப்படுத்த முயற்சிக்கும்போது, காலப்போக்கில் உண்மையிலேயே நம்மை ஏற்றுக் கொள்ளவும் பாராட்டவும் முடியாது.

கீழானவற்றை விட்டுவிடுதல்:

ஒரு நபர் வாழ்வின் உயரிய மதிப்பீடுகளைக் கொண்டிருந்தால் மட்டுமே, சுயத்துக்காகவும் மற்றவர்களுக்காகவும் தனது தரத்தை அதிகரித்து உயர்ந்த நிலையில் இருப்பார். ஒரு நபரின் சுய மதிப்பையும் மற்றவர்களையும் இழிவுபடுத்தும் கீழான காரியங்களை விட்டுவிட உயரிய மதிப்பீடுகள் உதவுகிறது. சுயத்தை மாசுபடுத்தாமல் மற்றவர்களுக்கு ஒரு நல்ல தலைவராக இருக்க விரும்பும் ஒருவர், மரணத்தின் விளிம்பாயினும் கீழானவற்றை தொடரமாட்டார்.

பாகுபாடுகளை அகற்றுதல்:

நம் சொந்த நலன்கள் மற்றும் கரிசனைகளின் அடிப்படையில் நாம் அனைவரும் காரியங்களைத் தொடர எப்போதும் வாய்ப்புகள் உள்ளன. நமக்குத் தெரியாத நபர்களைக் காட்டிலும், தெரிந்தவர்களைக் கவனித்துக்கொள்ள பொதுவாக நாம் அதிகம் முயல்வோம். எல்லா நேரங்களிலும் பயனுள்ளவராக இருக்க விரும்பும் ஒரு நபர், முதலில் தனது இதயத்திலும் மனதிலும் உள்ள பாகுபாடுகளைத் அகற்ற வேண்டும், தேவைகளைச் சரியான முறையில் கவனிப்பதன் மூலம் அனைவரையும் ஒரே மாதிரியாக நடத்த வேண்டும்.

தகுதியான காரியங்களைப் பின்பற்றுதல்:

பயனுள்ளவராக இருக்க, ஒரு நபர் வெவ்வேறு வழிகளைத் தேர்வு செய்யலாம், ஆனால் மற்றவர்களுக்கு நன்மை பயக்கும் என்றாலும், எல்லாம் சரியான வழி அல்ல. ஒரு நபர் புத்திசாலித்தனமாக இருக்க வேண்டும், ஆனால் அவர் ஒருபோதும் தந்திரமாக இருக்கக் கூடாது. ஒரு நபர் நல்ல செயல்களை உருவாக்குபவராக இருக்க வேண்டும், ஆனால் சொந்த எண்ணங்களைக் கட்டாயமாக உட்புகுத்துபவராக இருக்கக் கூடாது. ஒரு நபர் எப்போதுமே சரியானதைத் வைத்திருக்க வேண்டும், மேலும் அக்கிரமக்காரர்களை குற்றம் சாட்டுபவராக இருக்க வேண்டியதில்லை, அதற்குப் பதிலாகத் தவறுகளைச் சுட்டிக்காட்ட முயற்சித்து, அதை எவ்வாறு சிறப்பாகக் கையாள முடியும் என்று பரிந்துரைக்கலாம்.

மதிப்புமிக்க சொற்கள் மற்றும் செயல்கள்:

நன்மை பயக்கும் விதத்தில் தேவையில் உள்ள மக்களிடம் பேசுவதும் வாக்குறுதிகளை வழங்குவதும் எளிதானது, ஆனால் அதை உண்மையிலேயே ஒரு செயலாக மாற்ற மிகப்பெரிய முயற்சி எடுக்க வேண்டும். நடைமுறையில் சாத்தியமானவற்றையும் திறன்களையும் மனதில் கொண்டு, சொற்கள் உண்மையானதாகவும் உண்மையான அக்கறையுடனும் இருக்க வேண்டும், அப்பொழுது செயல்கள்

மதிப்புள்ளதாகவும் பாராட்டத்தக்கதாகவும் இருக்கும். நம்பிக்கையைப் பெறுவதற்கும் பயனளிப்பதற்கும் நமது செயல்கள் நம் வார்த்தைகளுக்கு ஏற்ப இருப்பது மிக முக்கியம்.

பொறுப்புகளை நிறைவேற்றுதல்:

நாம் ஒவ்வொருவரும் நம் குடும்பம், சமூகம் அல்லது ஏதேனும் ஒரு நிறுவனத்தில் பங்காளிகளாக இருப்பதால் சில காரியங்களைக் கையாள வேண்டியதுள்ளது. எடுத்துக்கொண்டதாலோ வழங்கப்பட்டதாலோ, நமக்குக் கீழுள்ள பொறுப்புகளை நிறைவேற்றுவதன் மூலம் நாம் நல்ல பொறுப்பாளிகளாக இருக்க வேண்டும். நமக்கு ஒப்படைக்கப்பட்டுள்ள சிறிய விஷயங்களில் நாம் உண்மையுள்ளவர்களாக இருக்கத் தவறினால், நாம் எடுத்துக் கொள்ளும் அல்லது நமக்கு வழங்கப்படும் பெரிய விஷயங்களில் நாம் பரிதாபமாகத் தோல்வியடைவோம். நாம் பொறுப்புகளை நிறைவேற்றும்போது மட்டுமே, நாம் எங்கிருந்தாலும், எதைச் செய்தாலும் நன்மை செய்ய முடியும் மற்றும் ஆக்கபூர்வமாக இருக்க முடியும்.

4. சூழ்நிலைகளுக்கு ஏற்ப நடத்தல்:

நன்மை செய்வதில் வலிமையாக இருத்தல்:

நம் அனைவருக்கும் வாழ்வில் கடினமான சூழ்நிலைகள் உள்ளன, அது ஒரு புதிய சூழ்நிலையாகவோ சவாலான சூழ்நிலையாகவோ இருக்கலாம். சில நேரங்களில் நாம் கடினமான சூழ்நிலையைத் தவிர்க்கலாம், ஆனால் அதற்கு எதிராகத் தைரியமாகச் சரியான மதிப்பீடுகளுடன் போராடுவது சூழ்நிலையைச் சமாளிக்க எப்போதும் உதவியாக இருக்கும். சில நேரங்களில் மதிப்பீடுகள் மற்றும் நல்லொழுக்கங்களை சமரசம் செய்வதன் மூலம் எதையாவது மாற்றியமைப்பது எளிதாக இருக்கும், மேலும் மக்களைப் பிரியப்படுத்த வேண்டும் என்பதற்கு ஏற்ப

இணங்குவோம், ஆனால் நாம் எப்போதும் நல்லவற்றிற்காக உறுதியாக நிலைநிற்க வேண்டும், அதைத் தொடரவும் வலிமையாக இருக்க வேண்டும்.

மற்றவர்களிடம் பொறுப்பை ஒப்படைத்தல்:

பெரும்பாலான காரியங்களை நம்பிக்கையோடு எதிர்த்துப் போராடி வெல்லும் போக்கு உடையவராய் சிலர் உள்ளனர், மற்றவர்களைக் கருத்தில் கொள்ளாமல் எப்போதும் முன்னணியில் இருக்க அவர்கள் விரும்புகிறார்கள். அவர்கள் தங்களைச் சுற்றியுள்ள மக்களுக்கு ஏதாவது நல்லது செய்ய முனைகிறார்கள், ஆனால் அவர்களின் சுயநல மகிமைக்காக மட்டுமே அதைச் செய்கிறார்கள். அவர்கள் மற்றவர்களையும் அவர்களின் முன்னேற்றத்தையும் கருத்தில் கொள்வதில்லை. மக்கள் தங்கன் திறமைகள், உடைமைகள் மற்றும் நேரத்தை மற்றவரின் நலனுக்காகவும் பொதுவான நன்மைக்காகவும் செலவழிக்க ஒரு நல்ல தலைவர் எப்போதும் இடம் கொடுக்க வேண்டும்.

உடனுள்ளவர்களால் அங்கீகரிக்கப்படுதல்:

புதிய சூழ்நிலைக்கும் சவாலான ஒரு சூழ்நிலைக்கும் ஏற்ப மாற முயற்சிக்கும் பொழுது, தீர்மானம் எடுப்பதற்காகப் பரிசீலிக்கப்படவும் செயல்படவும் வேண்டிய பல காரியங்கள் இருக்கும். சூழ்நிலைக்கு ஏற்ப மாறுவது கூட ஒரு தீர்மானத்தை உள்ளடக்கியுள்ளது. நிறைய நபர்களை ஈடுபட்டிருக்கு போது, தீர்மானங்கள் அனைவராலும் அங்கீகரிக்கப்பட வேண்டும், அதில் ஒற்றுமையும் ஒருமைப்பாடும் இருக்க வேண்டும், ஒரு நல்ல தலைவர் அதைக் கவனித்துக்கொள்வார்.

பகுத்தாராய்ந்து உண்மையைப் பற்றிக்கொள்ளுதல்:

ஒரு மாற்றம் இருக்கும் போது, அதைத் தூண்டிய ஒரு காரணம் அல்லது ஒரு ஆதாரம் அதற்குப் பின்னால் இருக்கும். மாற்றத்தை ஏற்றுக்கொண்டு

அதற்கேற்ப மாற நாம் தயாராக இருக்கலாம். ஆனால் ஒரு நல்ல தலைவர் மாற்றத்தின் காரணத்தையும் ஆதாரத்தையும் பகுத்தாராய்வது மிகவும் முக்கியம். ஒரு நல்ல தலைவர் மாற்றத்தை ஏற்றுக்கொள்வதில் நியாயமான காரணங்களைக் கொண்டிருக்க வேண்டும், ஒருபோதும் உண்மையிலிருந்து விலகக் கூடாது.

அனைத்து நற்கிரியைகளையும் செய்யத் தயாராக இருத்தல்:

கடுமையான சூழ்நிலைகளும் புதியசூழ்நிலைகளும் இருந்தாலும், ஒரு தலைவர் நல்ல செயல்களைச் செய்வதில் ஒருபோதும் சோர்வடையக் கூடாது. வாழ்க்கையின் மாறிவரும் சூழ்நிலைகளை எதிர்கொள்வது சிறிது கடினமாகவும் நேரத்தைக் கடத்துவதாகவும் இருக்கும். ஆனால் ஒரு தலைவர் நம்பிக்கையுடன் அதை எதிர்கொள்ள வேண்டும், அதைத் தாண்டி முன்னேற வேண்டும், மற்றும் நற்கிரியைச் செய்வது பற்றித் தனது மனதை தெளிவுபடுத்த வேண்டும்.

எப்போதும் தாழ்மையுடன் இருத்தல்:

சில நேரங்களில் சில சூழ்நிலைகள் நம்மைப் பெருமையடையச் செய்யும், குறிப்பாகச் சாதகமான சூழ்நிலைகள் நமக்கு அதிகாரத்தையும், பதவியையும் அல்லது செல்வத்தையும் தருகின்றன. ஒரு நல்ல தலைவர் ஒருபோதும் உயர்வினாலும் தாழ்வினாலும் ஈர்க்கப்படவோ பாதிக்கப்படவோ கூடாது, இரண்டுமே வாழ்க்கையின் ஒரு பகுதி என்பதை எப்போதும் நினைவில் வைத்திருக்க வேண்டும். சூழ்நிலைகள் எதுவாக இருந்தாலும் ஒரு நல்ல தலைவர் எப்போதும் தாழ்மையுடன் இருக்க வேண்டும்.

5. தாக்கத்தை ஏற்படுத்துதல்

வரவேற்ப்பவராக இருத்தல்:

ஒரு நபர் அல்லது அவரது யோசனை நன்மை பயக்க வேண்டுமெனில், முதலாவது நிலை அதை வரவேற்பதாகும். ஏற்றுக்கொள்ளாமல், வெற்றி அல்லது செயல்படுத்தல் சாத்தியமில்லை. வரவேற்கத்தக்கதாக ஒரு காரியம் இருக்க, பெரும்பான்மையான மக்களால் அது ஏற்றுக்கொள்ளப்பட வேண்டும், அது சரியான மதிப்பீடுகள் மற்றும் நல்லொழுக்கங்களுடன் இருக்க வேண்டும், சில சுயநல ஆதாயங்களுடனும் மறைக்கப்பட்ட தவரான எண்ணங்களுடனும் ஒரு நபரையோ காரியங்களையோ பாதிப்பதாக இருக்கக் கூடாது. ஒரு நபர் அல்லது அவரது யோசனை வரவேற்கும் பொழுது, நிச்சயமாகத் தாக்கம் ஏற்படும்.

சிறந்த முயற்சிகளுடன் முன்னேறுதல்:

அனைத்தையும் கருத்தில் கொண்டு திட்டமிட்டாலும், ஏற்பாடுகள் செய்தாலும், எப்போதும் தடைகள் மற்றும் சிக்கித் தவிக்கும் நேரங்கள் இருக்கும். நாமோ தடைகளுக்குத் காத்திருக்க வேண்டும், அதனால் தடைப்படக் கூடாது, மாறாக அதைக் கடந்தோ உடைத்தோ, சிறந்த முயற்சிகளுடன் முன்னேற வேண்டும். தீர்மானிக்கப்பட்டதை நோக்கி முன்னேறி நகரும்போதுதான், மற்றவர்களின் வாழ்க்கையில் நாம் ஒரு தாக்கத்தை ஏற்படுத்த முடியும்.

தவறுகளிலிருந்து கற்றல்:

நம் அனைவருக்கும் நம்முடைய சொந்த வரம்புகள் இருப்பதால், யாரும் நேர்த்தியானவர்கள் அல்ல, யாரும் நேர்த்தியானவர்களாக இருக்கவும் முடியாது. ஒரு நபர், ஏதேனும் ஒரு துறையில் அல்லது காரியத்தில் சிறந்தவராயினும், அதே துறையில் அல்லது காரியத்தில் அவர் சரிச் செய்யச் சில பலவீனங்களும் இருக்கும். முன்னோக்கி நகர்வதற்கு மட்டுமல்லாமல், மீண்டும் மீண்டும் செய்யாமல் இருக்கவும், அதற்காகச் செலவிடப்பட்ட நிறைய நேரத்தையும் வளங்களையும் சேமிக்கவும்,

கவனம் செலுத்த வேண்டிய நேரங்களும் உள்ளன. நிச்சயமாக, அது தோல்வி அல்ல, ஆனால் தவறிலிருந்து கற்றுக்கொள்ளுதல், அதே நேரம் ஒரு தவறை மீண்டும் செய்வது ஒரு கட்டத்தில் தோல்வியாக மாறக்கூடும், மேலும் அது தாக்கத்தை ஏற்படுத்த விடாது.

செயல்திறனை மீட்டெடுத்தல்:

சில நேரங்களில் திட்டமிட்டதையும் ஆயத்தப்படுத்தியதையும் பின்பற்றுவதன் மூலம் சில காரியங்களில் எப்போதும் முன்னேற்றம் இருக்கும். ஆனால் அது ஆக்கப்பூர்வமானதாகவும் பயனுள்ளதாகவும் இருக்காது, மேலும் அதைக் குறித்து சிறிதும் சிந்தித்திருக்க மாட்டோம். ஒரு தாக்கத்தை ஏற்படுத்த, எல்லாவற்றிலும் செயல்திறன் இருக்க வேண்டும். ஒரு குறிப்பிட்ட காரியத்தைச் செய்வது மட்டுமல்ல, செயல்திறனின் தரத்தைத் தக்கவைத்துக்கொள்வதற்கோ எல்லா மட்டங்களிலும் செயல்திறனைத் திரும்பப் பெறுவதற்கோ ஒவ்வொருவரும் தாங்களாகவே காரியங்களைச் செய்ய ஒரு நல்ல தலைமைத்துவமானது உதவுகிறது.

5. மற்றவர்களைச் சிறந்தவர்களாகக் கருதுதல்

(மற்றவர்களின் எண்ணங்களுக்கும் உணர்வுகளுக்கும் இடம் கொடுத்து அனைவருக்கும் முக்கியத்துவம் அளித்தல்)

1. மற்றவர்களின் சிறப்புகள்/ திறமைகளை ஒப்புக்கொள்ளுதல்:

சுயத்தை நிதானித்தல்:

பலங்களோடு வரம்புகளை ஒரு நபர் ஏற்றுக்கொண்டு சுயத்தைப் பற்றி அறிந்திருக்கும்போது மட்டுமே, அந்த நபரால் மற்றவர்களைக் கருத்தில் கொள்ள முடியும். ஒரு நபர் மற்றவர்களுக்கு நல்லது செய்ய விரும்பும்போதும், மற்றவரின் நல்வாழ்வை விரும்பும்போதும் மட்டுமே, அந்த நபர் மற்றவர்களைத் தன்னிலும் சிறந்தவர்களாகக் கருத முடியும். தன்னை தானே அறிந்திருக்கும் நபர் அவர் இருக்கும் நிலையைத் தாண்டி அதிகமாகச் சிந்திக்காமல் இருக்க சுயத்தை பற்றி அடிக்கடி பிரதிபலிக்கிறார். ஒரு தலைவர் எல்லாவற்றிலும் மற்றவர்களை ஈடுபடுத்த சுயத்தை எளிமைப்படுத்தவோ பெருமிதப்படுத்தவோ கூடாது.

வேற்றுமையில் ஒற்றுமை:

நாம் இருக்கும் விதம், நடைமுறைகள், பழக்கவழக்கங்கள், நம்பிக்கைகள் மற்றும் பின்னணியின் வேறுபாடுகளின் அடிப்படையில் நமக்கு மத்தியில் ஒரு பரந்த வேற்றுமை உள்ளது. எல்லா நேரங்களிலும் ஒருவரோடொருவர் இணங்கிப் போகாத பல ஆர்வங்களும் திறமைகளும் நமக்கு உள்ளன. பல வேற்றுமைகள் இருந்தாலும், நம்மிடையே ஒற்றுமை இருக்கும்போது அதில் நிறைய ஆக்கபூர்வத்தன்மை இருக்கும். ஒற்றுமையானது ஒருவருக்கொருவர் ஆதரவளிக்கும், ஒருவருக்கொருவர் ஊக்கமளிக்கும் மற்றும் ஒவ்வொருவரும் மற்றவருக்கு ஏற்றவாறு மாறாமல் தாங்களே இருக்க உதவுகிறது.

அனைவரின் தனித்துவமான திறமைகள்:

எல்லா மனிதர்களுக்கும் மற்றவர்களிடம் இல்லாத சிறப்பு ஒன்று உள்ளது, அவை ஒவ்வொருவரும் காரியங்களைச் செய்யும் விதம், ஒவ்வொருவரும் இருக்கும் விதம் மற்றும் ஒவ்வொருவரும் சிந்திக்கும் விதம். ஒவ்வொருவரும் மற்றவர்களுக்கு வழங்கச் சில திறமைகளைக் கொண்டுள்ளனர், ஆனால் அவர்களில் நிறைய நபர்கள் தங்கள் திறமைகளைக் கண்டறியவோ அல்லது அதை மேம்படுத்தவோ முயற்சி செய்வதில்லை. தனித்துவமான திறமைகள் நமது சுயத்திற்கு செல்வத்தை, அதிகாரத்தை அல்லது உடைமையைச் சம்பாதிக்க உதவுவது மட்டுமல்லாமல், ஒரு பொதுவான நன்மைக்காக ஆக்கபூர்வமாக மற்றவர்களுக்கு ஏதாவது ஒன்றை வழங்கவும் உதவியாக இருக்கும். மற்றவர்களை நம்மிலும் சிறப்பாகக் கருதவும் இது நம்மைத் தூண்டுகிறது.

திறமைகளை அடையாளம் காண உதவுதல்:

திறன்களைக் கொண்டிருப்பதாக நாம் நம்பிய ஒரு நபர், உண்மையில் எதிர்பார்த்தவாறு அத்திறன் இல்லாதவர் என்பதை அறிந்து அதிக ஏமாற்றம் அடையும் போது சில நேரங்களில் மற்றவர்களை வழிகாட்டுவதும் வழிநடத்துவதும் கடினமாக இருக்கும். எப்படியாக இருப்பினும், அந்த நபரை அவர் இருக்குமாறு அப்படியே விட்டுவிடுவது நியாயமில்லை, மேலும் ஒரு நபர் சிறந்த விதத்தில் மேம்படவும் அவரின் சுய முன்னேற்றத்திற்காகவும் அவரிடத்தில் உள்ள சிறந்தவற்றை கருத்தில் கொள்ளச்செய்து, வரம்புகளைச் சுட்டிக்காட்டி, அவரின் திறமைகளையும் திறன்களையும் அடையாளம் காண அவருக்கு உதவ வேண்டியது அவசியம்.

ஒவ்வொருவரும் இயங்க அனுமதித்தல்:

எல்லோரும் மற்றவர்களுக்குப் பங்களிக்க ஏதாவது காரியங்கள் இருந்தாலும், அவர்களிடத்தில் உள்ளதைக் கண்டுபிடித்துச் செயல்படுத்த

சில வாய்ப்புகள் வழங்கப்படாவிட்டால் அது அவர்களுக்குப் பயனளிக்காது. ஒரு நல்ல தலைவர் எப்போதுமே பொது நலனுக்காக மற்றவர்களிடத்தில் உள்ள சிறந்ததைப் அடையாளம் காணவும் அதைப் பயன்படுத்துவதற்காக அவர்களின் மனப்பான்மையைக் கூர்மைப்படுத்தவும் மக்களுக்கு உதவ வேண்டும், அதே போல் அவர்களின் திறமைகளை அல்லது ஆர்வத்தை ஒப்புக்கொள்வதன் மூலமும், அவர்களை நம்புவதன் மூலமும், அவர்களைக் கருத்தில் கொள்வதன் மூலமும் அவர்களிடத்தில் உள்ளச் சிறந்ததைச் செயல்படுத்த அவர்களுக்கு வாய்ப்புகளை வழங்க வேண்டும்.

2. மற்றவர்களை ஊக்குவித்தல்:

ஒருவருக்கொருவர் அறிவுரை கூறுதல்:

எல்லாவற்றையும் ஏற்றுக்கொள்வதன் மூலமோ அல்லது மற்றவர்களிடமிருந்து எல்லாவற்றையும் புறக்கணிப்பதன் மூலமோ மற்றவர்களுடன் உறவில் நிலைத்திருப்பது மிகவும் எளிதானது. ஆனால் ஒரு நபருக்கான உண்மையான அக்கறை ஒரு நபரை உயர்த்துவது மட்டுமல்ல, சரியான மதிப்பீடுகள் மற்றும் நற்பண்புகளின் அடிப்படையில் ஒரு நபரை நிலைநிறுத்துவதும் ஆகும், ஏனெனில் அது மட்டுமே ஒரு நபரை முழுமையானவராகவும் சுதந்திரமானவராகவும் மாற்றும். எனவே, ஒருவர் தவறு செய்யும் போது, அது தவறு, அது பொது நலனுக்கானது அல்ல என்று அறிவுரை கூறுவது அவசியம். அறிவுரை கூறுவது கடினம், ஆனால் ஒரு நபரை மேம்படுத்துவதற்கு அது அவசியம்.

மதிப்புடன் எச்சரித்தல்:

நாம் உண்மையில் ஒரு நபரிடத்தில் அக்கரைக் கொள்ளும்போது, தேவையான நேரங்களில் சரியான யோசனைகளையும் எண்ணங்களையும் பகிர்ந்து ஒரு நபருக்கு உதவ வேண்டும். ஒரு நபர் எதையாகிலும் அல்லது யாரையாகிலும் பாதிக்கும் தவறான கோணத்தில் சிந்திக்கும் போதெல்லாம், அதைத் தொடர்ந்து ஏற்படக்கூடிய விளைவுகளைப் பற்றி நாம் அவருக்குத் தெரியப்படுத்தவும் எச்சரிக்கவும் வேண்டும். அந்த நபரைச் சாதக பாதகங்களைப் பற்றிச் சிந்திக்கச் செய்து, பொதுநலத்தைப் பற்றியும் சிந்திக்கச் செய்து, சுயநலத்தைத் தகர்த்து அனைவரின் வாழ்வாதாரத்திற்காகவும் நன்மைக்காகவும் சிந்திக்க செய்ய வேண்டும்.

ஒருவரையொருவர் ஆதரித்தல்:

இரண்டு அல்லது அதற்கு மேற்பட்ட நபர்கள் இருக்கும்போது நிச்சயமாகக் கடினமான நேரங்கள் இருக்கும். பணியை ஒருவரிடம் ஒப்படைத்து செய்யச் சொல்வதை விட, தனியாக ஒரு பணியைச் செய்வது எளிது. ஆனால் பணியை 10 மடங்கு வேகமாகச் செய்ய வேண்டும் என்றால், அது கடினமாகிவிடும். மேலும் 10 பேர் இருக்கும்போது, அதிக செயல்திறனுடனும் சிறிய ஆதரவுடனும் ஒரு பணி எளிதாகச் செய்யப்படும். ஒரு நபர் ஒரு பணியில் சிறப்பாகச் செயல்பட முடியும் என்று கருதிய பின்னரே அந்தப் பணியை அவரிடம் ஒப்படைக்க முடியும். ஒரு பணியில் சிறப்பாகச் செயல்பட வேண்டும் என்ற ஒருவரின் விருப்பம் ஒருவரை ஒருவர் ஆதரிப்பதன் மூலம் சாத்தியமாகும்.

பொறுமை மற்றும் பணிவை பற்றிக்கொண்டிருத்தல்:

சில சமயங்களில் ஒரு நபருக்குப் பயிற்சி அளிப்பது அல்லது ஒருவருக்கு சில விஷயங்களைப் புரிய வைப்பது கொஞ்சம் சோர்வளிப்பதாகவும்

எரிச்சலூட்டுவதாகவும் இருக்கும், ஆனால், ஒரு நபர் திறன்வாய்ந்தவராக இருக்க வேண்டும் என்பதில் நமக்கு உண்மையான அக்கறை கொண்டிருந்தால், பொறுமையையும் பணிவையும் கடைப்பிடிப்போம். ஒரு நபர் எதையாவது தவறவிட்டால் ஒவ்வொரு முறையும் அவருக்குக் கற்பிப்பதை சவாலாக எண்ண மாட்டோம், அதே போல் நமது சுயமரியாதை அல்லது திறனைப் பற்றிப் பெருமையாகப் பேசமாட்டோம், ஆனால் விரும்பத்தக்கவராக இருப்போம்.

பதிலானவருக்கு கைக் கொடுத்தல்:

காலம் விரைவில் கடந்து போகும், உலகில் யாரும் அழியாமல் நிலைத்திருக்க மாட்டார்கள். ஒவ்வொருவரும் ஒரு கட்டத்தில் நிச்சயமற்றதான தங்கள் வருங்கால சூழ்நிலையை எதிர்கொள்ள வேண்டும். எப்பொழுதும் எல்லோரையும் அல்லது ஒரு நபரையாகிலும் வழிநடத்தும் ஒரே ஒரு தலைவராக ஒரே ஒருவர் மாத்திரம் இருக்க முடியாது. எல்லா நிலைகளிலும், எல்லா நேரங்களிலும் அனைவருக்கும் பதிலானவர்கள் இருக்க வேண்டும். ஒரு நல்ல தலைவன் மற்றவரைக் கருத்தில் கொள்வார், தனக்கு பதிலானவர் ஒரு சிறந்த நபர் எனவும் தன்னை விடச் சிறந்த மனிதராக இருப்பார் எனவும் கருதுகிறார், மற்றும் எப்போதும் மக்களும் தனக்கு பதிலானவரும் மேம்படுவதற்கும் கைக் கொடுப்பார்.

3. வாய்ப்புகளையும் பொறுப்புகளையும் வழங்குதல்:

பொறுப்புகளை வழங்குதல்:

நிறைய பயிற்சியளிக்கப்பட்ட மற்றும் திறமையான அல்லது தகுதியான நபர்களை உருவாக்க முடியும், ஆனால் அவர்கள் கற்றுக்கொண்டதைச் செயல்படுத்துவதற்கும், அவர்கள் தங்கள் திறமையை ஏதாவது ஒன்றில் பயன்படுத்துவதற்கு அவர்களுக்கு வாய்ப்பில்லை என்றால், அப்பயிற்சி அல்லது அத்தகுதி முழுமையானதாக இருக்காது. ஒரு நல்ல தலைவர் தேவையிருக்கும்போது பொறுப்பேற்று செயல்படுவார், மிகவும் பயனுள்ளவராக இருப்பவரும் சிறந்த முன்னேற்றத்தை ஏற்படுத்தக்கூடியவருமான தனக்கடுத்த ஒருவரைக் கண்டறிந்து ஒப்படைத்த பிறகே அப்பொறுப்பை விட்டுவிடுவார். மற்றவர்கள் தங்களுக்குத் தெரிந்தவற்றைப் பயன்படுத்துவதற்கும் புதிய விஷயங்களைக் கற்று கொள்வதற்கும் அவர்களுக்குப் பொறுப்பை வழங்குவது முக்கியம், அதனால் அவர்கள் சிறந்தவர்களாக மாறுவார்கள்.

பாத்திரத்தைத் தெளிவாக வரையறுத்தல்:

சில சமயங்களில் யாரிடமாவது சில பொறுப்புகள் கொடுக்கப்படும், ஏதோ ஒன்றைப் பொறுப்பேற்கசெய்து அதிலிருந்து விடுபட வேண்டும் என்பதற்காக. ஆனால் மற்றவர் சிறப்பாகச் செயல்பட வேண்டும் என்றும், மற்றவரைச் சிறப்பாகக் கருத வேண்டும் என்றும் நாம் விரும்பும்போது, அந்தப் பொறுப்பை நிறைவேற்றுவதில் அவர்களின் குறிப்பிட்ட பங்கை நாம் தெளிவுபடுத்துவோம். கொடுக்கப்பட்ட அல்லது எடுக்கப்பட்ட பொறுப்புகளை நிறைவேற்றவும் மற்ற அனைவருடனும் ஒத்துப்போகவும், ஒரு நபர் தனது பாத்திரத்தைக் குறித்து தெளிவாக இருக்க வேண்டும்.

பணிகளை ஒப்படைத்தல்:

என்ன செய்ய வேண்டும் என்பது பற்றிய ஒட்டுமொத்த யோசனை சில நேரங்களில் மிகவும் தெளிவாக இருக்கலாம், ஆனால் வெவ்வேறு

நபருக்குப் பணியின் வெவ்வேறு பிரிவுகளைச் சரியான முறையில் ஒப்படைக்காத வரை அவற்றைத் திறம்பட செயல்படுத்த முடியாது. சரியாக ஒப்படைக்கப்படாத ஒன்று நிறைய குழப்பங்களை உருவாக்குகிறது மற்றும் சில நேரங்களில் செய்ய வேண்டியவற்றின் சில பகுதிகள் முழுமையடையாமல் இருக்கும். ஒரு தலைவர் மற்ற நபருக்குப் பொறுப்புகளை வழங்குவது மட்டுமல்லாமல், அவர்களின் பங்கைத் தெளிவாக வரையறுத்து, அவர்களின் பணிகளை ஒப்படைப்பதன் மூலம் அவர்களிடமிருந்து எதிர்பார்க்கப்படுவதை சரியாகத் தெரிவிக்கிறார்.

அனுபவம் வாய்ந்தவர்களிடமிருந்து கேட்டறிதல்:

வெவ்வேறு விஷயங்களைப் பற்றிய வெளிப்பாடும், வெவ்வேறு விஷயங்களைப் பற்றிக் கேள்விப்பட்டவரும் மற்றும் வெவ்வேறு விஷயங்களில் அனுபவமுள்ளவரும் நிச்சயமாக ஒரு குழுவில் இருப்பார். எனவே, விவாதிக்கப்பட்ட காரியங்களைப் பகுப்பாய்வு செய்தபின், துயரமான தவறுகளைத் தவிர்ப்பதற்கு வீணான பரிசோதனையின்றி, அனைவரிடமிருந்தும் கேட்டு, அவர்களின் வெளிப்பாடுகள் அல்லது அனுபவங்களிலிருந்து கற்றுக்கொள்வது மிகவும் அவசியம். ஒரு நல்ல தலைவர், விஷயங்களைக் கவனமாகக் கவனித்து, கேட்டு, பகுப்பாய்வு செய்வதன் மூலம் குழுவினரின் திறனைப் பொது நலனுக்காகப் பயன்படுத்துகிறார்.

ஒட்டுமொத்த பொறுப்பையும் ஏற்றுக்கொள்ளுதல்:

திட்டமிடுவது, பாத்திரங்களை வரையறுப்பது மற்றும் பொறுப்புகளை வழங்குவது எளிதாக இருக்கும். எல்லாவற்றிலும் ஒரு மேற்பார்வையாளராக இருப்பதன் மூலம் பாத்திரங்கள் நன்கு உள்வாங்கப்பட்டுள்ளதா மற்றும் பொறுப்புகள் சரியாக

நிறைவேற்றப்படுகின்றனவா என்பதைச் சரிபார்ப்பது மிகவும் முக்கியம். ஒரு நல்ல தலைவர், ஏதாவது நன்மைகள் மற்றும் பலனளிக்கும் காரியங்கள் ஏற்படும் போது குழுவினருக்கு நன்மதிப்பைக் கொடுக்கிறார், அதே நேரத்தில் அது இருக்க வேண்டிய வழியில் இல்லாதபோது குற்றத்தைத் தானே சாட்டிக்கொள்கிறார். ஒரு நல்ல தலைவர் கட்டுப்படுத்துபவர் அல்ல, ஆனால் ஒரு பராமரிப்பாளர், கட்டளையிடுபவர் அல்ல ஆனால் வாய்ப்புகளை வழங்குபவர், மற்றவர்களைக் குற்றம் சாட்டுபவர் அல்ல, ஆனால் பெருமைக்கொள்ள செய்பவர்.

4. வரம்புகளை ஏற்றுக்கொள்ளுதல்:

ஒன்றாக இருப்பதன் நன்மை:

இரண்டு அல்லது அதற்கு மேற்பட்ட நபர்கள் ஒரு நோக்கத்திற்காக ஒன்று கூடும் போது, நடைமுறைகள் மற்றும் எண்ணங்களில் கருத்து வேறுபாடுகளும் மோதல்களும் எப்போதும் இருக்கும். வேறுபாடுகள் இருந்தாலும், இரண்டு அல்லது அதற்கு மேற்பட்ட நபர்கள் ஒன்று சேரும்போது எப்போதும் நிறைய நேர்மறையான விஷயங்கள் இருக்கும். உடல் ரீதியாகவோ, அறிவு ரீதியாகவோ அல்லது உணர்ச்சி ரீதியாகவோ ஒருவருக்கொருவர் ஆதரவும் ஒருவரோடொருவர் பகிர்தலும் இருக்கும், அது நம்மை அறியாமலேயே நம்மை அதிக ஆக்கப்பூர்வமானவர்களாகவும் திறமையானவர்களாகவும் மாற்றும். மேலும், ஒருவர் பலவீனமாக இருக்கும்போது, மற்றவர் பொறுப்பேற்பதால் எல்லாவற்றிலும் தொடர்ச்சி இருக்கும்.

அனைவரிடத்தும் ஏதோ ஒன்று உள்ளது:

குணாதிசயங்கள், அறிவு, சாதனைகள் அல்லது பதவியின் நிமித்தம் பிரபலமான மற்றும் நன்கு அறியப்பட்டவர்களை நாம் எப்போதும் பாராட்டுகிறோம். நாம் எப்போதும் அந்த மக்களிடமிருந்து எதையாவது பெற தேடுகிறோம். உண்மையில் அங்கீகரிக்கப்பட்ட மக்களால் நமக்கு ஏதாவது வழங்க முடியும். ஆனால் அதே சமயம், பிரபலமோ, பதவியோ இல்லாமல் எளிமையாக வெளிப்படாமல் இருப்பவர்களும் கூட, நமக்குச் சிலவற்றில் பங்களிக்க முடியும் என்பதும் சமமான உண்மை. உலகில் உள்ள ஒவ்வொருவரின் தனிப்பட்ட அறிவு அவர்களின் வெளிப்பாடுகள் மற்றும் அனுபவங்களின் அடிப்படையில் பரவலாக மாறுபடுகிறது, மேலும் அது அனைவரையும் மதிப்புமிக்கதாக ஆக்குகிறது.

மீண்டும் மீண்டும் மன்னித்தல்:

எந்த ஒரு பிழையும் இல்லாமல் எப்போதும் நேர்த்தியானவராக எவரும் இருப்பதில்லை. சில சமயங்களில் ஒருவர் தவறு செய்யும் போது கோபம் வந்தாலும், அதைத் திரும்பப் பெற முடியாதபோது, நாம் அவர்களை ஏற்றுக்கொண்டு, தவறைத் திருத்தவோ அல்லது அதைச் சமாளிக்கவோ அவர்களுக்கு உதவ வேண்டும். ஒவ்வொரு மனிதரின் பலவீனமும் அவரவர் சூழ்நிலைகள் மற்றும் மனநிலையின் அடிப்படையில் மாறுபடும். ஒவ்வொருவரும் ஒருவரையொருவர் ஒப்புக்கொள்ள வேண்டும், மற்றவர்கள் ஒரு குறிப்பிட்ட விஷயத்தில் சிறந்து விளங்கும் வரை அவர்களின் வரம்புகளை ஏற்றுக்கொள்ளவும், ஒருவரையொருவர் மன்னிக்கவும் வேண்டும்.

மோசமான தவறுகளுக்கு விளைவுகளைக் கொடுத்தல்:

நாம் ஒருவருக்கொருவர் வரம்புகளை ஏற்றுக்கொண்டு தவறுகளை மன்னிக்க வேண்டும் என்பது சந்தேகத்திற்கு இடமின்றி உண்மை, ஆனால் அதே நேரத்தில், சில விஷயங்கள் நேர்மையாகக் கையாளப்பட, மேலும் தவறு ஏற்படுவது தவிர்க்கப்பட அவற்றிற்கு விளைவுகள் அமைக்கப்பட வேண்டும். சில தவறுகள் அறியாமலோ, சில தவறுகள் அறிந்தோ செய்யப்படலாம். அறிந்து செய்யப்படும் தவறுகளுக்கு மூல காரணத்தைப் பகுப்பாய்வு செய்து, அத்தவறை உணர்ந்து மனப்பான்மையை சரிசெய்யும் வகையில் அதற்கான விளைவுகள் இருக்க வேண்டும்.

சுய வரம்புகளை நினைவில் கொள்ளுதல்:

சில நேரங்களில் நாம் நம்முடைய சுய வரம்புகளைப் பற்றி எச்சரிக்கையாக இருக்க மாட்டோம், ஆனால் எப்போதும் மற்றவர்களுடைய காரியங்களைச் சரிசெய்ய முயற்சிப்போம், இது சிறந்த முடிவுகளைத் தராது. நாம் எப்பொழுதும் நேர்த்தியானவர்களாக இருப்பதில்லை, ஆனால் இருக்க வேண்டிய விதத்தில் ஏதாவது இல்லாத போதெல்லாம் நாம் நம்மை மறுபரிசீலனை செய்ய வேண்டும். நாம் திறந்த மனதுடன் நம்மைப் பற்றி அறிய முயல வேண்டும், நமக்குக் கீழ் பணிபுரிபவர்களிடமிருந்து வரும் திருத்தங்களைக் கூட ஏற்றுக்கொள்ள நாம் தயாராக இருக்க வேண்டும். ஒரு நல்ல தலைவர் மற்றவர்களின் வரம்புகளையும் சுயத்தின் வரம்புகளையும் ஏற்றுக்கொள்கிறார் மற்றும் அதை மாற்றியமைக்க அல்லது சரிசெய்ய ஓட்டுமொத்த பொறுப்பை ஏற்றுக்கொள்கிறார்.

5. ஒன்றுச்சேர்ந்து பணியாற்றுதல்:

ஒத்த எண்ணம் கொண்டவர்களை அடையாளம் காணுதல்:

எல்லோராலும் ஒருவரோடொருவர் பழகவோ அல்லது ஒன்றிணைந்து ஒரு பொதுவான நோக்கத்தை நிறைவேற்றவோ முடியாது. குறிக்கோளையும், பொதுநலனையும் நோக்கி முன்னேற, குழுவில் ஒருவரோடொருவர் பழகக்கூடிய நபர்களை அடையாளம் காண்பது அவசியம். எல்லாவற்றிலும் ஈடுபடுவதற்கான வாய்ப்புகள் அனைவருக்கும் வழங்கப்பட வேண்டும் என்றாலும், ஒருவரின் அர்ப்பணிப்பு மற்றும் திறன் ஆகியவற்றை சரிபார்க்க வேண்டியது அவசியம், மற்றும் குழுவுடன் ஒரு நபரின் எண்ணம் எவ்வாறு ஒத்துப்போகிறது என்பதும் அவசியம்.

சுமையைப் பகிர்தல்:

ஒன்றாக வேலை செய்ய, ஒரு நபருக்கு வெகுமதி அல்லது அங்கீகாரம் இருக்க வேண்டும் அல்லது சுற்றியுள்ள தேவையைத் தனிக்குறியதாக ஆக்குவதன் மூலம் ஒரு பொறுப்பைக் குறித்த பாரம் இருக்க வேண்டும். ஒரு நல்ல தலைவர், குழுவினர்கள் அவர்களின் தேவைகள் மற்றும் பொறுப்புகளை உணர்ந்துகொள்ள, அவர்களுடன் பாரங்கள், பிரச்சனைகள் மற்றும் சாத்தியமான சரியான தீர்வைப் பகிர்ந்து கொள்கிறார். மேலும், இதயத்திலிருந்து பாரத்தை பகிர்ந்து கொள்வது மற்றொரு நபரின் இதயத்தைத் தொடுகிறது மற்றும் எதையாவது நோக்கிச் செயல்பட உள்ளார்ந்த உந்துதலை அளிக்கிறது.

வேறுபாடுகளை அகற்றுதல்:

ஒரு பொதுவான பணியை நிறைவேற்றுவதற்கு வெவ்வேறு நபர்கள் ஒன்றிணைந்தால் நிச்சயமாக மாற்றுக் கருத்துக்கள் இருக்கும்.

பொதுவாகக் குழுவில் பரவலாக வித்தியாசத்தை ஏற்படுத்துவதாக இருக்கும் வெவ்வேறு கலாச்சாரம், மதம், பாலினம், இனம், உடல் அமைப்பு, கல்வி போன்றவற்றைக் கொண்டவர்கள் இருப்பார்கள். வேற்றுமைகள் களையப்பட்டு, குழுவில் ஒற்றுமையும், நல்லிணக்க உணர்வும் ஏற்பட்டால் மட்டுமே, பணியைச் சீராக மேற்கொள்ள வாய்ப்பு ஏற்படும்.

மதிப்பீடுகள் மற்றும் நோக்கத்தை வரையறுத்தல்:

மக்கள் குழு ஒன்று கூடி ஒரு பொதுவான நோக்கத்துடன் ஏதாவது ஒன்றைத் தொடங்கும்போது அது தொடர்ந்து சீராக இருக்காது. ஒவ்வொருவருக்கும் வெவ்வேறு யோசனைகள் உள்ளன, மேலும் ஒவ்வொருவரும் தங்கள் யோசனைகள் செயல்படுத்தப்பட விரும்பலாம். ஒவ்வொருவரும் தங்கள் யோசனைகள் மட்டுமே கருத்தில் கொள்ளப்பட வேண்டும் என்று வலியுறுத்தும்போது, குழுவில் நிறைய குழப்பங்கள் ஏற்படும், எனவே மதிப்பீடுகள் மற்றும் நோக்கம் மிகத் தெளிவாக வரையறுக்கப்பட வேண்டும். மேலும் பல கருத்துக்கள் இருந்தால், எல்லாவற்றிலும் சிறந்ததைக் கருத்தில் கொள்ள வேண்டும்.

கைகளைப் பிடித்தல் மற்றும் முன்னேறுதல்:

நாம் ஒன்றாக ஒரு பணியைச் செய்யும்போது ஒரு குழுவில் உள்ள அனைவரும் ஒரே வேகத்துடனும் ஒரே பலத்துடனும் இருக்க மாட்டார்கள். ஆனால் அனைவரின் பங்களிப்புடன் காரியங்களை நிறைவேற்றுவது அவசியமாகும். சில நேரங்களில் வேகமாகச் செயல்படுபவரும் வலிமையாக இருப்பவரும் மற்ற அனைவரும் தங்கள் பங்கை நிறைவேற்றும் வரை காத்திருக்க வேண்டும். ஒரு நல்ல தலைவர் அனைவருக்கும் வழிகாட்டுகிறார் மற்றும் பொதுவான நோக்கத்தை

திறமையான வழியில் நிறைவேற்றுவதற்கு ஒருவருக்கு ஒருவர் ஆதரவாக இருக்குமாறு அனைவரையும் ஊக்குவிக்கிறார்.

6. இடைவெளிகளை நிரப்புதல்

(தன்னுடைய தவறு அல்லது குழுவின் தவறுக்கு பொறுப்பேற்று, இடைவெளிகளைச் சீராக நிரப்புதல்)

1. மற்றவர்களை ஏற்றுக்கொள்ளுதல்

பாகுபாடுகளை நீக்குதல்:

ஒரு நபர் அல்லது ஒரு குழுவிற்கு மற்றொரு நபர் அல்லது ஒரு குழுவால் ஏற்படும் பெரும்பாலான தீமைகள் சகிப்புத்தன்மை இல்லாமையால் இதயத்தில் உள்ள பாகுபாடு காரணமாக நிகழ்கின்றன. மனிதனின் வாழ்க்கையை ஆரம்பம் முதலே ஆராய்ந்துப் பார்த்தால், மனிதர்கள் எந்த ஒரு விஷயத்திம் நிமித்தமும் செய்யும் பாகுபாடுகள் தன்னிச்சையானவை, அது மதிப்புள்ளது அல்ல என்பதில் நாம் தெளிவாக இருக்க வேண்டும். ஒரு நல்ல தலைவர் பாகுபாட்டைத் தவிர்ப்பது மட்டுமல்லாமல், பாகுபாடுகளை இதயத்தின் மையத்திலிருந்து முற்றிலுமாகத் துடைக்கிறார், மேலும் அனைவரையும் ஒரே மரியாதையுடன் ஏற்றுக்கொள்ள வேண்டும் என்பதிலும் அவர்களுக்குத் தேவையான வாய்ப்புகள் சமமாக வழங்கப்பட வேண்டும் என்பதிலும் தனது உள்ளத்தைத் தெளிவுபடுத்துகிறார்.

சார்ந்திருத்தலை புரிதல்:

தங்கள் உடைமை, பதவி அல்லது அதிகாரத்தைப் பற்றி மிகவும் பெருமைப்படும் சிலர் இருந்தாலும், மனிதர்களிடையே வலுவான சார்பு உள்ளது மற்றும் இந்த உலகில் யாரும் தனியாக வாழ முடியாது என்பது தவிர்க்க முடியாத உண்மை. குறைந்தபட்சம் ஒவ்வொருவருக்கும

அவர்களின் வாழ்க்கையின் தொடக்கத்திலும், அவர்களின் வாழ்க்கையின் கடைசியிலும் ஆதரவு தேவை. தங்களுக்கான சில ஆதாயங்களை உள்ளடக்கி இருந்தாலும் சக மனிதர்கள் பொருட்களை உருவாக்கி, மாற்றியமைத்து, பராமரிப்பதால் தான் வாழ்க்கை எளிதானது. ஒரு நல்ல தலைவர் சார்புநிலையை புரிந்துக்கொண்டு அனைவரையும் ஏற்றுக்கொள்வதோடு, ஒவ்வொருவரும் தங்களின் சிறந்த திறனைப் பயன்படுத்த உதவுகிறார்.

சிறுபான்மையானவர்களோடு இருத்தல்:

எல்லோரையும் ஏற்றுக்கொள்வது என்பது ஒரு நபர் தவறு செய்யும் போது, அந்த நபர் செய்யும் அனைத்தையும் ஒப்புக்கொண்டு தாங்க வேண்டும் என்று அர்த்தமல்ல. ஒரு நபர் தவறு செய்தாலும் அவரை ஏற்றுக்கொள்வது எப்போதும் இன்றியமையாதது, அதைத் தாண்டி ஒரு நபர் தவறை உணர்ந்து அதைத் தொடராமல் இருக்க அந்தத் தவறு தன்னையும் மற்றவர்களையும் பாதிக்கிறது என்பதை உணர வேண்டும். சில சமயங்களில் மேலாதிக்கம் உடையவர் சிறுபான்மையானவர்களுக்கு எதிராகத் தவறிழைக்கும் போது அது பாராட்டப்படும். ஆனால் ஒரு நல்ல தலைவர் எப்பொழுதும் நேராக முன்னோக்கி இருக்க வேண்டும், எது சரியானதோ அதற்காக நிலைநிற்க வேண்டும் மற்றும் சிறுபான்மையானவரை கட்டியெழுப்ப தனது கையைக் கொடுத்து உதவ வேண்டும்.

எதிர்ப்பை எதிர்க்கவும், எதிர்ப்பவர்களை அல்ல:

சிலர் தனித்திருக்க விரும்புவதாலும் அங்கீகரிக்கப்பட விரும்புவதாலும், குழுவிற்குள்ளேயும் கூடப் பிரச்சனைகளின் நேரங்கள் நிச்சயமாக இருக்கும். பெருமையின் காரணமாக, அவர்கள் ஆக்கப்பூர்வமாக இருக்க

மாட்டார்கள் அல்லது மற்றவர்களின் செயல்களை ஆக்கபூர்வமானதாக இருக்க அனுமதிக்க மாட்டார்கள். ஏதாவது ஒரு காரியத்தின் முன்னேற்றத்தைத் தடுக்கும் கடுமையான விமர்சனங்களும் எதிர்ப்புகளும் நிச்சயம் இருக்கும். ஒரு நல்ல தலைவர் எப்பொழுதும் விமர்சனங்களை வரவேற்பார், சுயத்தில் ஏதேனும் திருத்தம் செய்ய வேண்டிய காரியம் உள்ளதா என்பதை ஆராய்வார், எதுவும் இல்லாதபோது அதையே புறக்கணிப்பார். ஒரு நல்ல தலைவர் எதிர்ப்பையும் விமர்சனங்களையும் தனிப்பட்ட முறையில் எடுத்துக்கொள்வதில்லை, அதனால் பாதிக்கப்படுவதுமில்லை, மேலும் எதிர்ப்பாளர்கள் தங்கள் அணுகுமுறையையும் செயல்களையும் சரியாக அமைப்பதை விரும்புகிறார்.

2. பொறுப்புக்கூறலுடனும் பொறுப்புடனும் இருத்தல்

எடுக்கப்பட்ட விஷயங்கள்:

ஒவ்வொருவரும் எப்போதும் ஈடுபாட்டுடன் இருக்க விரும்புகிறோம், மேலும் நமக்கு ஆர்வமுள்ள விஷயங்களில் அல்லது நமக்குப் பயனளிக்கும் மற்றும் நமது தேவைகளில் சிலவற்றை நிறைவேற்றும் விஷயங்களில் நாம் தானாக முன்வந்து ஈடுபடுகிறோம். சில கடமைகள் அல்லது பொறுப்புகளை ஏற்றுக்கொள்வதற்கு வெவ்வேறு காரணங்கள் இருந்தாலும், அதை நாம் கவனித்துக் கொள்ளக் கடமைப்பட்டிருப்பதால், நாம் ஏற்றுக்கொண்ட சில விஷயங்களுக்குப் பொறுப்புக்கூறலுடனும் பொறுப்புடனும் இருப்பது முற்றிலும் அவசியமாகும். ஒரு நல்ல தலைவர் சில பொறுப்பை ஏற்கும் முன் நிறைய யோசிப்பார் ஆனால் அதை நிறைவேற்றாமல் பின்வாங்க மாட்டார்.

வழங்கப்பட்ட விஷயங்கள்:

நாங்கள் மிகவும் ஒருங்கிணைந்த உலகில் வாழ்கிறோம், மற்றவர்களைக் கருத்தில் கொள்ளாமல் நாம் திட்டமிட்டதைச் செயல்படுத்துவதில் அதிக கவனம் நாம் செலுத்தினால், சில உறவுகளை நாம் இழக்க நேரிடலாம் அல்லது மற்றவர் நம் மீது வைத்திருக்கும் நம்பிக்கையை இழக்கலாம். நமக்கும் வரம்புகள் இருப்பதால், மற்றவர்கள் நாம் செய்ய விரும்பும் அனைத்தையும் நாம் எடுக்க முடியாது, ஆனால் நாம் செய்யக்கூடிய சில விஷயங்களைக் கருத்தில் கொள்ள வேண்டும், அது நம்முடையது எனப் பொறுப்பாக இருக்க வேண்டும் மற்றும் அதை நிறைவேற்றுவதில் பொறுப்புக்கூறலோடு இருக்க வேண்டும்.

நாம் பயன்பெறும் விஷயங்கள்:

நாம் எடுத்துக் கொள்ளாத அல்லது பிறரால் கொடுக்கப்படாத சில விஷயங்கள் உள்ளன, ஆனால் பொதுவாக நாம் அதிலிருந்து பயனடைவோம். உதாரணமாக மரங்களிலிருந்து நாம் சுவாசிக்கும் காற்று, நிலத்திலிருந்து நாம் உட்கொள்ளும் நீர், நாம் பயன்படுத்தும் பொது இடங்கள் போன்றவற்றால் நாம் பலனடைகிறோம். நமக்கு ஆர்வம் இல்லாவிட்டாலும் அல்லது யாரும் நம்மைக் கட்டாயப்படுத்தாவிட்டாலும் அல்லது கவனித்துக்கொள்ள விரும்பாவிட்டாலும் நாம் பயன்பெறும் விஷயங்களில் நமக்குப் பொறுப்பு உள்ளது. ஒரு நல்ல தலைவர் எப்போதும் மற்ற மனிதருக்கு நன்மை பயக்கும் விஷயங்களில் பொறுப்பாக இருப்பார், அதற்குப் பொறுப்புக்கூறுவதிலும் கவனமாக இருப்பார்.

நாம் கடந்துவரும் விஷயங்கள்:

நாம் வாழும் உலகத்தைப் பற்றிப் பல விஷயங்களைக் கேள்விப்பட்டு பாதிக்கப்பட்டவர்களுக்கு உதவவோ அல்லது அட்டூழியங்களுக்கு எதிராகச் செயல்படவோ விரும்பினாலும், எல்லா இடங்களிலும் இருந்து அனைவருக்கும் உதவுவதும் தேவைப்படும் அனைத்தையும் கவனித்துக்கொள்வதும் சாத்தியமற்றது. குறைந்த பட்சம் நாம் கடந்துவரும் நபர்களுக்கும் காரியங்களுக்கும் எதிரான அட்டூழியங்களுக்கு எதிராக நாம் செயல்பட வேண்டும் அல்லது உண்மையான தேவையில் உள்ள யாரையாவது ஆதரிக்க வேண்டும்.

மறைந்திருக்கும் விஷயங்கள்:

பொறுப்பு மற்றும் பொறுப்புக்கூறல் என்பது, ஏதோ ஒரு வகையில் நாம் பலனடைகிறோம் என்பதற்காக, பின்னால் உள்ள நோக்கங்களைப் பகுப்பாய்வு செய்யாமல், சில உயர்ந்த அல்லது பிரபலமான நபருக்குச் செவிசாய்ப்பது மட்டுமல்ல. நாம் என்ன செய்கிறோம், அது எப்படிப் பங்களிக்கிறது என்பதில் எப்போதும் தெளிவாக இருக்க வேண்டும். ஒரு காரியம் யாரோ ஒருவரின் அறிவுறுத்தலின் படி செய்யப்பட்டது, நாங்கள் எங்கள் பங்கைச் செய்தோம் என்று யாரும் சொல்ல முடியாது. எதிர்மறையான ஒன்றுக்கு யாரோ ஒரு சிலர் பங்களித்திருந்தாலும், அதற்காகப் பொறுப்பேற்று ஒட்டுமொத்தமாகச் செயல்பட ஒவ்வொருவரும் தனித்தனியாகப் பொறுப்பேற்க வேண்டும்.

3. தவறுகளுக்குப் பழியை ஏற்றுக்கொள்ளுதல்:

நன்மை செய்வதில் உறுதியாக இருங்கள்:

நன்மை என்பது பெரும்பாலான மக்கள் பின்பற்றும் ஒன்று அல்ல, ஆனால் நன்மையானது யாரையும் எதையும் சுயநலத்திற்காச்க சுரண்டாது, மற்றும் பல சமயங்களில் ஒருசிலரின் ஏதோவொன்றின் மற்றும் பலரின் நலனைக் கருத்தில் கொள்வது. சில சமயங்களில் சுயலாபத்தின் காரணமாகப் பொது நலனுக்காக முயற்சிக்கும் நன்மையை எதிர்க்கும் ஒருவரோ அல்லது சில குழுவினரோ இருப்பார்கள், சிலரிடமிருந்து சிரமங்கள் மற்றும் சவால்கள் இருந்தாலும் ஒரு நல்ல தலைவர் எப்போதும் பொது ஆதாயத்திற்காக நன்மையை முயற்சி செய்வதில் உறுதியாக இருக்க வேண்டும்.

தவறை நன்மையால் மறையுங்கள்:

ஒரு சிலர் அல்லது ஒரு சில குழுவினர் அவர்களின் சார்பினாலும் சுய கருத்துக்களினாலும் எண்ணங்களினாலும் எப்போதும் தவறான செயல்களைச் செய்வார்கள், மேலும் சரியான புரிதல் இல்லாததால் கூட அவ்வாறு இருக்கலாம். ஒரு நல்ல தலைவர் சுற்றியுள்ள மக்களைப் புரிந்துகொண்டு, தன் அணுகுமுறையைச் சரியாக அமைத்துச் சுயத்தை நிர்வகிக்கிறார், மற்றும் மக்களை அவர்களின் நோக்கங்களுக்கு ஏற்பக் கையாளுகிறார். ஒரு தலைவர் தன் எந்தவொரு எண்ணத்திலும் செயலிலும் தெரிந்தோ தெரியாமலோ தவறு செய்பவர்களுக்குத் தீமையை நினைப்பதில்லை, ஆனால் அதற்குப் பதிலாக நன்மை செய்வதன் மூலம் எல்லாத் தவறுகளையும் மறைக்கிறார்.

பாதுகாப்பிற்கான பாதைகளை உருவாக்குதல்:

நன்மைச் செய்ய முயற்சிக்கும் பொழுது, எதிர்ப்பாளர்கள் தொடங்கக்கூடிய சில கடுமையான அச்சுறுத்தல்களும் துன்பங்களும் இருக்கலாம். ஒரு நல்ல தலைவர் என்பவர் தீங்கு விளைவித்து எதிர்த்துப்

போராட முன்வர விரும்பவில்லை என்றாலும், சில பாதுகாப்பு நடவடிக்கைகளைக் கொண்டிருப்பது அவசியம். ஒரு நன்மையான செயலைச் செய்யும் போது ஏற்படும் எதிர்ப்பை எதிர்த்துப் போராடுவதற்கு தெளிவான செயல்திட்டமும் நியாயமானவர்களிடமிருந்து ஆதரவும் இருக்க வேண்டும். ஒரு நல்ல தலைவர் வெளிப்படைத்தன்மையுடன், எல்லாவற்றின் விளைவுகளையும் கணக்கிட்டு, சார்ந்திருக்கும் மக்களுக்குக் கேடயமாக இருப்பார்.

பின்வாங்காமல் முன்னோக்கித் தொடர்தல்:

நமக்கு முன்னால் நிறைய தடைகள் இருந்தாலும், எல்லா நேரங்களிலும் தொடர்ந்து முன்னோக்கி நடத்தல் நமது முன்னேற்றத்திற்கு அவசியம். ஒரு நல்ல தலைவர் சில இடையூறுகள் அல்லது சிரமங்களைப் பார்த்து ஒருபோதும் பின்வாங்குவதில்லை, ஆனால் சிரமங்களைச் சமாளிக்கவும் அதை எதிர்கொள்ளும் சவாலாகக் கருதவும் தன்னால் முடிந்தவரை முயற்சி செய்கிறார். சில நேரங்களில் நாம் ஒரு சிறந்த விதத்தில் முன்னேற விஷயங்களை மறுபரிசீலனை செய்யவும், பிரதிபலிக்கவும் மீண்டும் கற்றுக்கொள்ளவும் வேண்டும், நாம் ஒருபோதும் எதையும் செய்யாமல் இருந்துவிட்டு பின்வாங்கக்கூடாது. சில தடைகள் இருப்பினும் ஒரு நல்ல தலைவர் முன்னோக்கி நகர்வதை நிறுத்த மாட்டார், இன்னும் தொடர்ந்து முன்னேறத் தடைகளை ஓய்வு எடுக்க உதவும் காரியங்களாகப் பார்ப்பார்.

4. தீர்வுகளைக் கண்டறிதல்

மற்றவர்களுடன் சேர்ந்திருத்தல்:

மற்றவர்களுடன் பழகாமல், அவர்கள் என்ன நினைக்கிறார்கள் என்பதைத் தெரிந்துகொள்ள முயற்சிக்காமல், சுற்றியுள்ள மக்களின் பிரச்சனைகளுக்குச் சரியான தீர்வை வழங்க முடியாது. ஒரு நபர் பிரச்சனையை மேலோட்டமாகத் தெரிந்துகொண்டு ஒரு தீர்வை வழங்க முயற்சித்தால், அது அதிக ஏற்புடையதாக இருக்காது மற்றும் பிரச்சினையின் மூல காரணம் உண்மையில் தீர்க்கப்படாது. ஒரு நல்ல தலைவர் எப்பொழுதும் மக்களுடன் இருப்பார், உண்மையில் உள்ளத்தின் தேவைகளை அறிந்து, அதிகபட்ச பிழையைத் தவிர்த்து, விஷயங்களை மிகவும் திறமையான முறையில் தீர்ப்பார்.

பங்கேற்று நெருக்கத்தை அதிகரித்தல்:

மக்கள் தங்களின் நலனுக்காக ஏதாவது செய்ய முன்னோக்கி வழிநடத்தி வழிகாட்டுபவர் எப்போதும் இருக்க வேண்டியதில்லை. நம் அடிப்படை தரநிலைகள் அல்லது மதிப்பீடுகளுக்கு முரண்படாது, மற்ற மக்களுக்கு ஆதரவளிப்பதற்காக அவர்களின் நடைமுறைகள் மற்றும் நலன் சார்ந்த சில விஷயங்களில் நாம் பங்குகொள்ள வேண்டிய நேரங்களும் இருக்கும். மக்களுடன் சேர்ந்து சரியான விஷயங்களில் பங்கேற்பது சிறந்த இணைப்புகளை உருவாக்க உதவுகிறது மற்றும் பங்களிப்பதற்கு அல்லது பயனடைவதற்கான நெருக்கத்தை அதிகரிக்கின்றது.

ஆலோசனைகள் மற்றும் வழிகாட்டுதல்கள்:

காரியங்களைச் செய்யத் தகுதியானவர்கள் இருக்கும்போது, அவர்கள் பொறுப்பை ஏற்று எந்தத் தடையுமின்றி முன்னெடுத்துச் செல்வதற்கு, அதை அவர்கள் கையில் கொடுப்பது எப்போதும் அவசியம். ஒரு நல்ல தலைவர் எப்பொழுதும் சுற்றியுள்ள மக்களின் திறனையும் வலிமையையும் கருத்தில் கொள்வதில் கவனமாக இருப்பார், மேலும் அவர்களின்

சிறப்புகளையும் திறமைகளையும் பயன்படுத்த அவர்களுக்கு உதவுகிறார், மேலும் யாராவது ஏதாவது முயற்சி செய்ய விரும்பினால், குறுக்கிடாமல், மதிப்புமிக்க ஆலோசனைகளையும் வழிகாட்டுதல்களையும் வழங்குகிறார்.

சரியான மாற்றுகளைத் தேர்ந்தெடுத்தல்:

ஆரம்பத்தில் திட்டமிட்டு யோசித்தது போல எல்லாமே சீராகவும் சரியாகவும் இல்லாமல் போகலாம். மேலும், ஒரே விஷயங்களைச் செய்வதற்கு வெவ்வேறு வழிகள் இருக்கலாம். ஒரு நல்ல தலைவர் பரிந்துரைகளைப் பகிர்ந்துகொள்வார் மற்றும் மற்றவர்களிடமிருந்து பரிந்துரைகளை வரவேற்கிறார், மேலும் யார் பகிர்ந்தார்கள் என்பதைப் பொருட்படுத்தாமல் அனைத்து மாற்றுகளிலிருந்தும் எது சிறந்தது என்பதை கவனமாகப் பகுப்பாய்வு செய்கிறார். ஒரு நல்ல தலைவர் எப்போதுமே நன்மை தீமைகளைக் கணக்கிட்டு, அதிக நன்மைகள் மற்றும் குறைவான தீமைகளைக் கொண்ட விருப்பத்தைத் தேர்வுசெய்ய குழுவினருக்கு உதவுகிறார்.

சரியான வாய்ப்பைப் பயன்படுத்துதல்:

பொருத்தமான வாய்ப்புகள் இருக்கும்போது சில விஷயங்களை மாற்றுவதற்கு நாம் கொஞ்சம் வளைந்து கொடுக்க வேண்டி இருக்கலாம். சில விஷயங்கள் மிகவும் தெளிவாக இருப்பதில்லை மற்றும் ஒரு குறிப்பிட்ட நேரத்திற்குப் பிறகுதான் விஷயங்கள் தெளிவானதாக மாறும். மேலும், வேறு சில திட்டங்கள் மற்றும் செயல்முறைகள் ஏற்கனவே நம் மனதில் இருக்கக்கூடும். ஆனால் நாம் விஷயங்களைச் சமநிலைப்படுத்தவும், சில விஷயங்களைப் பெறுவதற்கான சிறந்த

வாய்ப்புகளைப் பயன்படுத்தவும், மேலும் சில விஷயங்களையும் இழக்கவும் கூட நேரிடலாம்.

உயரிய தரநிலைகளால் வழிநடத்தப்படுதல்:

எதுவுமே நம்மை முன்னோக்கி கொண்டு செல்லக்கூடாது, லாபம் இருக்கிறது என்பதற்காக நாம் எதையாவது செய்து கொண்டிருக்கக்கூடாது. எப்பொழுதும் நாமாகவோ அல்லது மற்றவர்களின் வழிகாட்டுதலின் காரணத்தினாலோ, ஏன் என்று யோசிக்க வேண்டும். மேலும், நம்மிடம் இருக்க வேண்டிய மதிப்பீடுகளைப் பற்றி நாம் ஒருபோதும் மறந்துவிடக் கூடாது மற்றும் அதில் சமரசம் செய்யக்கூடாது. ஒரு நல்ல தலைவர் மற்றவர்களை அவர்களின் தேவைகளுக்கு ஏற்ப வழிநடத்துவது மட்டுமல்ல, சுயத்தில் கொண்டிருக்கும் உயர்ந்த தரநிலைகள் மற்றும் கொள்கைகளின்படி வழிநடத்துவது மட்டுமல்லாமல், சரியானதை மறுபரிசீலனை செய்து தன் மனப்பான்மையை மறுசீரமைப்பார்

5. விஷயங்களைச் சரியான முறையில் சரிசெய்தல்

தேவையில் உள்ளவர்கள் அணுகக்கூடிய விதத்தில் இருத்தல்:

மற்றவர்களைவிடக் குறைவுள்ளவர்கள் எப்போதும் இருக்கிறார்கள். ஒரு நபருக்கு அடிப்படைத் தேவைகள் இருந்து சில விஷயங்கள் குறைவாக இருந்தால் அவர்கள் தங்கள் தேவைகளை நிர்வகித்துக்கொள்வது எப்போதும் சாத்தியமாகும். ஆனால், தங்களுடைய அடிப்படைத் தேவைகளைக் கூடப் பெற்றிராதவர்கள், தங்களுடைய தேவையைச்

சொல்லி நம்மை அணுகுவார்கள் என்று காத்திருப்பதற்குப் பதிலாக, அவர்களுக்கு நாம் எப்போதும் அணுகக்கூடிய விதத்தில் இருப்பது பாராட்டத்தக்கது. ஒரு நல்ல தலைவர் எப்போதும் அணுகக்கூடியவர் மற்றும் உண்மையாகத் தேவையில் உள்ளவர்களை எப்போதும் அணுகுவார்.

காயப்பட்டவர்களுடன் இணைந்திருந்து ஆறுதலளித்தல்:

மகிழ்ச்சியுள்ளவர்களுடன் இருந்து மகிழ்ச்சியாக இருப்பது நல்லது, ஆனால் ஒருவித ஆறுதல் தேவைப்படுபவர்களாகிய புண்பட்டவர்களுடன் இருப்பது மதிப்பிற்குரியது. ஒரு நல்ல தலைவர் வசதியும் மகிழ்ச்சியும் உள்ளவர்களை விட, எப்பொழுதும் தேவையில் உள்ளவர்கள் மற்றும் ஊக்கமும் ஆதரவும் தேவைப்படும் மக்கள் மத்தியில் தனது இருப்பைத் தேர்ந்தெடுப்பார். பாதிக்கப்பட்ட மக்களுக்கும், துக்கத்தில் இருக்கும் மக்களுக்குமே அவர்களை உயர்த்த யாராவது தேவைப்படுகிறார்கள், ஆனால் மகிழ்ச்சியில் இருக்கும் மக்கள், மேலும் மகிழ்ச்சியாக இருக்க தங்கள் மகிழ்ச்சியைப் பகிர்ந்து கொள்ளுகிறார்கள்.

பலவீனமானவர்களை உயர்த்த ஆதரவளித்தல்:

ஒரு வித தேவையில் உள்ளவர்களே பலவீனமானவர்கள், அவர்கள் உயர ஒருவரின் ஆதரவு தேவை. பலவீனமாக இருப்பது என்பது ஒரு நபர் குறைந்த திறனைக் கொண்டிருக்கிறார் என்றோ இயலாமையில் உள்ளார் என்றோ இல்லை. திறமைகள் மற்றும் அனைத்து திறன்களைக் கொண்ட ஒரு நபர், உடல் அல்லது மன ஆரோக்கியம் இல்லாமல், தன்னைச் சுற்றி எல்லைகளை வரைந்தவராக, சில காரியங்களைப் பற்றிய வெளிப்படுத்தல் அடையாததால் எதையாவது தொடர முடியாமல் இருப்பவராகவும் இருக்கலாம். பலவீனமான நபர் தன் தன்னம்பிக்கையை

வளர்க்கவும் சில விஷயங்களைத் தொடங்கவும் ஒரு சிறிய ஆதரவும் ஊக்கமும் போதுமானதாகும்.

என்ன நேர்ந்தாலும் சரியானதை பின்பற்றுதல்:

மதிப்பீடுகளையும் சரியான காரியங்களையும் சமரசம் செய்வது எப்போதும் எளிதாக நிகழலாம் மற்றும் வாழ்க்கையின் வெவ்வேறு சந்தர்ப்பங்களிலும் சூழ்நிலைகளிலும் அதை எதிர்பார்க்கலாம். சில சமயங்களில், சூழ்நிலைகள் மற்றும் சந்தர்ப்பங்கள் சுயத்தை மட்டும் உள்ளடக்காது, மற்றவர்களையும் பயனாளிகளையும் உள்ளடக்கி இருக்கும், அது போன்ற சூழ்நிலைகளில் சரியானதிற்காக நிலை நிற்பது மிகவும் கடினம், ஏனெனில் ஒரு பணி முழுமையடையாது. இருப்பினும், என்ன விலை கொடுக்க நேரிட்டாலும் மற்றவரின் தவறை சுட்டிக் காட்டாமல், எல்லா சந்தர்ப்பங்களிலும் சூழ்நிலைகளிலும் சரியாக இல்லாததை எதிர்த்துப் போராடுவது அவசியம். மற்ற நபர் குழப்பிப் போய்க் கோபத்தையோ வெறுப்பையோ அதிகரித்து கொண்டாலும், ஒரு நல்ல தலைவர் அவர்கள் செய்த தவறை கண்ணியமான முறையில் உணர்த்துகிறார்.

நற்செயல்களை நினைவு கூர்தல்:

பல விஷயங்கள் சரியாக இல்லாவிட்டாலும், ஒவ்வொருவருக்கும் அவரவர் பங்கில் ஏதாவது சரியான விதத்தில் இருக்கும். ஒரு நல்ல தலைவர் ஒரு நபர் செய்யும் நற்செயல்களையும், ஒருவரிடம் உள்ள நல்ல எண்ணங்களையும் எப்போதும் நினைவில் வைத்துக் கொண்டு, அந்த நபர் வளர உதவுவதோடு, மற்ற செயல்களையோ அல்லது தவறான எண்ணங்களையோ உணர வைக்கிறார். மேலும், ஒரு நபர் அவர் இருப்பது போலவே ஏற்றுக்கொள்ளப்பட வேண்டும், மேலும் அவர்களின்

செயல்களின் அடிப்படையில் ஒருபோதும் கணிக்கப்படக்கூடாது. ஆனால் ஏற்றுக்கொள்ள முடியாத அவர்களின் செயல்கள் அல்லது எண்ணங்கள் குறித்து எச்சரிக்கையாகவும், விழிப்புடனும் இருக்க வேண்டும். ஒரு நபர் செய்யும் தவறை மட்டுமே நாம் நினைவில் வைத்திருக்கும் பல சமயங்கள் உள்ளன, ஆனால் அது அந்த நபர் நிராகரிக்கபட்டவராக உணரச்செய்யும், மற்றும் அவரைத் தவறான திசையில் தொடரச் செய்யும்.

மூல காரணத்தைச் சரியாகச் சரிசெய்தல்:

பிரச்சனைகள் நம் வாழ்க்கையின் ஒரு பகுதியாகும், அவை நாம் வளர்ச்சியடையவும், நம் வாழ்க்கைக்கான புதிய தீர்வுகளைக் கண்டறியவும் உதவுகிறது. பிரச்சனைகள் நம்மை ஒருபோதும் உடைக்கக்கூடாது, ஆனால் எப்போதும் நம்மை உருவாக்க வேண்டும், அப்போதுதான் நம் வாழ்க்கை மகிழ்ச்சிகரமாகவும் வெற்றிகரமாகவும் இருக்கும். சுய-உணர்தல் மற்றும் சுய-இயல்பாக்குதல் ஆகியவை நமக்குள்ளேயும் நமக்கு வெளியேயும் உள்ள அனைத்து பிரச்சனைகளுக்கும் தீர்வு காண உதவுகிறது. மேலும் இது நமக்குள் இருக்கும் பிரச்சனைகளின் மூல காரணத்தைச் சரி செய்ய உதவுகிறது, நமக்கு வெளியே உள்ள பிரச்சனைகளின் மூல காரணத்தைச் சரியாக அமைக்க முழு பலத்துடனும் நம்பிக்கையுடனும் போராட உதவுகிறது.

7. வளங்களை நிர்வகித்தல்

(நெறிமுறைகளுடனும் அறநெறிகளுடனும் பல்வேறு வளங்களைத் திறமையாக நிர்வகிக்க)

1. பொருள் சார்ந்த மற்றும் பொருள் சாராத வளங்கள்

செல்வத்தில் உள்ள எச்சரிக்கைகள்:

செல்வம் பெற்றிருக்கும் அனைவருக்கும் அது ஆறுதலையும் மகிழ்ச்சியையும் அளிக்கிறது என்பது மறுக்க முடியாதது. ஆனால் நாம் மிகவும் எச்சரிக்கையாக இருக்க வேண்டும், ஏனெனில் இது தேவையில் மற்றவர்களுக்கு நம்மைக் குருடாக்கி, நம்மைச் சுயநலமாக மாற்றும். தகுதியானவர்களுக்குக் கொடுப்பதையும் செல்வம் தடைசெய்யலாம், மற்றும் வலுவிழந்தவனிடமிருந்து கூடக் கொள்ளையடித்து பெற்று மேலும் செல்வத்தைப் பெற தூண்டும். இது, ஒரு நபர் சில தவறுகள் செய்தாலும் அவரைப் பாதுகாக்கவும், எதிர்மறையான விளைவுகளிலிருந்து தப்பிக்க பண்ணவும், நியாயமானவர்களை நியாயமற்ற வழிகளில் சுரண்டவும் செய்யலாம்.

மக்களின் மதிப்பு:

இயல்பாகக் கிடைப்பவையும், புதிதாக உருவாக்கப்பட்ட அல்லது மாற்றியமைக்கப்பட்ட அனைத்தும் மனிதர்களிடத்து ஒரு பெரிய பங்கு வகிக்கின்றன. வாழ்வின் கடைசி கட்டத்தை எதிர்கொள்ளும் போது எவரும் அவர்களுடன் எதையும் எடுத்துச் செல்ல மாட்டார்கள். தனது எல்லா வித உழைப்பாலும் மனிதன் சேமிப்பவை மற்றொரு தலைமுறைக்குக் கடந்துப்போகும். எனவே, மக்கள் அனைத்து

உயிரினங்களைக் காட்டிலும் மதிப்புமிக்க வளங்கள், மற்றும் சுயநலம் இல்லாதிருப்பின், நாம் ஒருவருக்கொருவர் மகிழ்ச்சியான மற்றும் அமைதியான வாழ்க்கையை வாழ்ந்து அடுத்த தலைமுறையினருக்கு இந்த உலகத்தை ஒரு சிறந்த இடமாக மாற்றிக் கொடுக்க முடியும்.

உள்வாங்க வேண்டிய குணநலங்கள்:

நம் சுய முயற்சியினாலோ அல்லது நம் முன்னோர்கள் சேர்த்து வைத்ததினாலோ நம் கைகளில் இருக்கும் உடைமைகளுக்கு நாம் அனைவரும் பொறுப்பாளர்களாக நம் பொறுப்பை உணர வேண்டும். நம் பெற்றிருக்கும் பொருட்களைப் பற்றிப் பெருமையாகப் பேசுவதைக் காட்டிலும் நன்மையான வழியில் அதைப் பயன்படுத்தும் மனப்பான்மையை நாம் கொண்டிருக்க வேண்டும். நாம் பெற்றிருக்கும் எல்லா விஷயங்களையும் சில சமயங்களில் தேவைப்படுபவர்களுடன் பகிர்ந்து கொள்ள வேண்டும், இனி நாம் பயன்படத்தமாட்டோம் என்பவற்றை பிறருக்கு கொடுக்க வேண்டும். மேலும், பொருள் சார்ந்த வளங்கள் மற்றும் உணர்வுகள் போன்ற பொருள் சாரா வளங்களைச் சரியான விதத்தில், சரியான இடத்தில், சரியான நேரத்தில் பயன்படுத்த ஏதுவாகப் பொறுமையாய் இருக்க வேண்டும்.

எல்லாவற்றிற்கும் பின்னால் நோக்கத்தைப் பெற்றிருத்தல்:

நம்மைச் சுற்றியிருப்பதும், நமக்குள் இருப்பதுமான அனைத்திற்கும் ஒரு மதிப்பு இருக்கிறது. எல்லாவற்றிற்கும் பின்னால் உள்ள நோக்கத்தை நாம் அடையாளம் கண்டு அதைக் கருத்தில் கொள்ள வேண்டும். காரியங்கள் சரிபார்க்கப்பட்டு அது சரியான விதத்தில் பயன்படுத்தப்படுகிறதா, அதன் நோக்கத்தின்படி செயலாக்கப்படுகிறதா என்பதை நாம் உறுதிசெய்ய

வேண்டும். காரியங்களின் பின்னுள்ள அதன் பயன் தெரிந்தால் எதையும் அவ்வளவு எளிதில் நிராகரித்து விட முடியாது.

2. பொறுப்புக்கூறல்

மற்றவர்களுடைய காரியங்களுக்கு ஆசைப்படாமல் இருத்தல்:

வெவ்வேறு காரணங்களுக்காக ஏதாவது ஒன்றைப் ஈட்ட வேண்டும் அல்லது சில அதிகாரத்தைப் பெற வேண்டும் என்று ஒவ்வொருவருக்கும் ஆசைகளும் விருப்பங்களும் உள்ளன. ஆனால் அது எவரையாவது எதையாவது பாதித்தாலும், எப்படியாவது அதைப் பெற வேண்டும் என்ற மனப்பான்மையை நாம் ஒருபோதும் வளர்த்துக் கொள்ளக்கூடாது. எல்லாவற்றிலும் பொறுப்புடன் இருந்து நாம் எப்போதும் சரியான மதிப்பீடுகளுடனும் நற்பண்புகளுடனும் காரியங்களைச் செய்ய வேண்டும். நாம் ஒருபோதும் பிறருடையவற்றிற்கு ஆசைப்படக்கூடாது, நமக்குச் சொந்தமில்லாததைக் கையாள்வதில் எப்போதும் நேர்மையாக இருக்க வேண்டும். யாருக்கும் சொந்தமில்லாத காரியங்களை நாம் சுயநலம் இல்லாமல் கையாள வேண்டும்.

உரிமைக்கொள்பவரிடம் ஒப்படைத்தல்:

அறியாமை மற்றும் கவனக்குறைவு காரணமாக யாரேனும் ஒருவர் தான் ஒரு காரியத்திற்கு உரிமையாளர் என்று தெரியாமல் அது சரியாகக் கவனிக்கப்படாமல் விடப்பட்டாலோ அல்லது அதைப் பற்றித் தெளிவாகத் தெரிந்து கொள்ளாவிட்டாலோ, நாம் அதைக் குறித்து தெரிந்திருக்கும் போது, அந்த நபருக்கு நாம் உதவ வேண்டும். நம்மிடம் ஒப்படைக்கப்பட்ட மற்றும் நமக்குச் சொந்தமான விஷயங்களில்

மட்டுமல்ல, உண்மையான தேவையில் உள்ளவர்களுக்கு உதவுவதன் மூலமும் நமது பொறுப்புணர்வைச் செயல்படுத்துவது முக்கியம்.

வழங்கப்பட்ட விஷயங்கள்:

சில நேரங்களில் நாம் எடுத்துக்கொள்ளும் மற்றும் நாம் ஆர்வத்துடன் செய்யும் விஷயங்களுக்குப் பொறுப்பாகவும் பொறுப்புகூறலோடும் இருப்பது எளிதாக இருக்கும். ஆனால் நாம் செய்ய விரும்பும் விஷயங்களை மாத்திரம் செய்வதில்லை, பல்வேறு நோக்கங்களுக்காக ஒரு பெரிய குழுவின் ஒரு பகுதியாக இருப்பதால் மற்றவர்கள் நாம் செய்ய விரும்பும் விஷயங்களையும் செய்கிறோம். நாம் பொறுப்புகூறலோடு இருக்க நம்மிடம் ஒப்படைக்கப்பட்ட விஷயங்களுக்கும், நமக்கு விருப்பமில்லை என்றாலும் நாம் ஒப்புக்கொண்ட விஷயங்களுக்கும் பொறுப்பேற்க வேண்டும்

பலவீனமானவர்களுக்கு பொறுப்பாக இருத்தல்:

ஒற்றுமைகள் மற்றும் பொதுவான ஆர்வங்கள் இருக்கும் பொழுது நாம் சுதந்திரமாகவும் இயல்பாகவும் தொடர்பு கொள்ளக்கூடியவர்களுடன் தொடர்புகொள்வதும் அக்கறை காட்டுவதும் எளிதானது. பெரும்பாலான நேரங்களில், நாம் யாருக்காகப் பொறுப்பேற்றுக் கொண்டிருக்கிறோமோ, அவர்கள் தாங்களாகவே நிலைநிறுத்தப்படுவதற்கான வாய்ப்புகள் அதிகம். சமூகத்தில் உள்ள நலிந்த பிரிவினருக்குத் தங்கள் வாழ்வில் முன்னேறுவதற்கு யாரோ ஒருவரின் உதவி தேவை. நம்மைச் சுற்றி உண்மையில் நமது உதவி தேவைப்படும் பலவீனமான மக்களுக்குப் பொறுப்பாக இருக்க முயற்சிக்கலாம்.

பொறுப்புணர்வை கவனமாகச் செயல்படுத்துதல்:

மற்றவர்களை நேசிப்பது மற்றும் பிறருக்கு ஆதரவளிப்பது பற்றியும் சுயலாபத்திற்காக எதையும் சுயநலத்துடன் வைத்திருக்கக்கூடாது என்பதை பற்றியும் எளிதாகப் பேசலாம். நமது வாழ்க்கையின் எல்லா நேரங்களிலும் சுய பரிசோதனைச் செய்வதன் மூலம் நமது எண்ணங்களையும் செயல்களையும் நாம் கண்டறிய வேண்டும், நமது பொறுப்புணர்வை சரியான முறையில் செயல்படுத்த வேண்டும். பணக்காரராகவோ ஏழையாகவோ இருந்தாலும், புத்திசாலியாகவோ முட்டாளாகவோ இருந்தாலும், மகிழ்ச்சியானவராகவோ துக்கப்படுபவராகவோ இருந்தாலும், நம்மைச் சுற்றியுள்ள அனைவரிடமும் நாம் அணுகக்கூடியவர்களாக இருக்கின்றோமா என்பதை எப்போதும் எங்கேயும் பகுப்பாய்வு செய்ய வேண்டும். மேலும், நாம் எல்லோரிடமும் ஒரே மாதிரி நடந்துகொள்கிறோமா, நம்மால் முடிந்த உதவி செய்கின்றோமா, தேவையில் உள்ள ஒருவருக்கு உதவ மனம் இணங்குகின்றோமா, ஒருவரைக் காப்பாற்றுவதற்காக எதையும் விட்டுக்கொடுக்கத் தயாராக இருக்கின்றோமா என்பதை நாம் பகுப்பாய்வு செய்ய வேண்டும்.

3. நெறிமுறைகளும் ஒழுக்கமும்

சார்பின்றி கருத்தில் கொள்பவராக இருத்தல்:

வெவ்வேறு நபர்களின் எண்ணங்கள், உணர்வுகள் மற்றும் சட்டங்களில் எப்போதும் நிறைய வேறுபாடுகள் உள்ளன. மனிதர்களின் எண்ணங்கள் அவர்கள் பின்னணிக்கு ஏற்பத் தொடர்ந்து மாறுபடுவதால். மதிப்பீடுகள் அல்லது கொள்கைகளின் உலகளாவிய தரநிலை எதுவும் நம்மிடையே இல்லை. சில விஷயங்கள் முழுமையானவையாக உள்ளன, அவற்றை

எந்தக் காரணத்திற்காகவும் மாற்றவோ திருத்தவோ கூடாது, மேலும் அவற்றில் மாற்றங்கள் செய்தால், அது சுயத்திற்கோ பிறருக்குக்கோ நேரடியாகவோ அல்லது மறைமுகமாகவோ பேரழிவை ஏற்படுத்தும். யாரையும் எந்த வகையிலும் பாதிக்காத விதத்தில் உள்ள, சாதாரணமாகக் கையாளக்கூடிய வேறு சில விஷயங்களும் உள்ளன.

தவறை உணர்ந்து ஏற்றுக்கொள்ளக்கூடிய விதத்தில் வெளிப்படுத்துதல்:

நெறிமுறைகளும் அறநெறிகளும் சமூகத்தில் தனிப்பட்ட நபரின் நடத்தைக்கு வழிகாட்டுகின்றன. சரி மற்றும் தவறு பற்றிய சிந்தனையை இவை தூண்டுகின்றன. மற்றும் இவை பாகுபாடும் வேறுபாடும் இல்லாத ஒரு நிலையான நெறிமுறை. பொறுப்பையும் பொறுப்புணர்வையும் இவை ஊக்குவிக்கின்றன. ஒரு நேர்மறையான வழியில் ஒருவரையொருவர் இவை ஒருங்கிணைக்கிறது. ஒவ்வொருவரும் உறுதியான உயர் தரநிலைகளைக் கொண்டிருக்க வேண்டும் மற்றும் ஏராளமான மக்கள் தவறான விஷயங்களைப் பின்பற்றினாலும் நாம் அந்தத் தவறை உணர வேண்டும். ஒரு பெரிய கூட்டத்தைப் பின்தொடர்ந்து ஒரு நபர் தவறு செய்தால், அதை ஏற்றுக்கொள்ளும் வகையில் அவருக்கு வெளிப்படுத்துவதன் மூலம் அந்த நபரைத் திருத்துவது முக்கியம்.

சரியானதை பின்பற்றுதல்:

ஒரு அமைப்பு சரியானதாகவும் அணுகக்கூடியதோகவும் இல்லாதபோது எல்லா நேரங்களிலும் சரியானதைப் பின்பற்றுவது எளிதானது அல்ல. நம்பிக்கைக்குப் பாத்திரமில்லாத வக்கிரமான அந்நியரைக் கூட ஒரு நல்ல தலைவர் உபசரித்து அவரிடம் சகோதர அன்பை எப்போதும் காண்பிக்க வேண்டும். ஒரு நல்ல தலைவர் நன்மைக்கு ஏதுவான உரையாடலைக்

கொண்டிருப்பார், அதே நேரத்தில் நம்பத்தகாத கதைகளைப் பின்பற்ற மாட்டார், ஒரு நல்ல தலைவர் பல விஷயங்களைத் தொடர்புபடுத்துவதன் மூலம் எது சரியானது மற்றும் பொருத்தமானது என்பதை பகுப்பாய்வு செய்து கண்டுபிடிப்பார். நாம் முடிந்தவரை எப்போதும் நன்மை செய்யக் கடினமாக முயற்சிக்க வேண்டும்.

நல்ல பண்புகளைப் பின்பற்றுதல்:

நன்னெறிமுறைகளையும் அறநெறிகளையும் கொண்ட ஒரு நபர் அல்லது சமூகம் வளங்களைச் சுரண்டாமல் அனைத்தையும் சிறந்த விதத்தில் பயன்படுத்துவர். உரிமைகள் அனைத்தும் அனைவராலும் அனுபவிக்கப்படும், மேலும் பொறுப்புகள் அனைத்தும் அனைவராலும் நிறைவேற்றப்படும். வெவ்வேறு விஷயங்களுக்கு இடையே ஒரு நல்ல சமநிலை உள்ளது; நிர்பந்தத்துவமும் தாராளமயமும் தவிர்க்கப்படலாம். நன்னெறிமுறைகளையும் அறநெறிகளையும் கொண்ட ஒரு நபர் அல்லது சமூகம் எல்லாவற்றிற்கும் பொறுப்பாக இருப்பதன் மூலம் நீதியுடனும் நேர்மையுடனும் இருப்பர். நன்னெறிமுறைகளையும் அறநெறிகளையும் கொண்ட ஒரு தலைவர் சொல்வதை செய்வார், மேலும் அவரது குழுவினரையும் சொல்வதை செய்ய வழியுறுத்துவார்.

மதிப்பீடுகளின் அடிப்படையில் முன்னுரிமை கொடுத்தல்:

ஒவ்வொருவரும் நன்மையானதையும் ஏற்றுக்கொள்ளக்கூடியதையும் பின்பற்றுவதற்கு தரநிலைகள் மற்றும் மதிப்பீடுகள் மிகவும் முக்கியம். இது நம் தரத்தை மேம்படுத்துகிறது மற்றும் சரியான முன்னுரிமைகளை கொண்டிருந்து திறம்பட செயல்பட நம்மை ஊக்குவிக்கிறது. உணர்வுகள் மற்றும் அறிவில் நாம் சமநிலையுடன் இருப்பதன் மூலம் எப்போதும் உண்மையைத் தெரிந்துக்கொண்டு அதைச் சார்ந்து காரியங்களைச்

செய்ய வேண்டும். நெறிமுறையற்றவர்களாகவோ ஒழுக்கக்கேடானவர்களாகவோ நம்மை வழிநடத்தும் சூழ்நிலைகளையும் சந்தர்பங்களையும் நாம் மாற்ற வேண்டும். நாம் சுயத்திற்கும், பிறருக்கும், சுற்றுச்சூழலுக்கும் உண்மையானவர்களாகவும் பொறுப்புள்ளவர்களாகவும், பொறுப்புகூறலோடும் இருக்க வேண்டும். மதிப்பீகளின் அடிப்படையில் சரியான விஷயங்களுக்கு முன்னுரிமை அளிக்க நாம் தவறான நம்பிக்கைகள் அல்லது கருத்துக்கள், சுயநலம், மற்றவர்களைக் கருத்தில் கொள்ளாமல் தற்காலிக திருப்தி கொள்ளுதல், நோக்கமற்று இருத்தல், பெருமையோடு இருத்தல், நேர்மையின்மை, நிர்பந்தங்களோடு இருத்தல், சுயக்கட்டுப்பாடு இல்லாமை, போன்றவற்றை நாம் தவிர்க்க வேண்டும்.

4. பொதுவானதா அல்லது தனிநபருடையதா

ஒற்றுமையின் ஆற்றல்:

ஒற்றுமையும் ஒற்றுச்சேர்ந்திருத்தலும் இருந்தால், ஒவ்வொருவரும் குற்ற உணர்வும் கடினமான உணர்வுகளும் இல்லாமல் வாழ்க்கையில் மகிழ்ச்சியடையலாம். பொருளாதாரம் மற்றும் சுற்றுச்சூழல், குடும்பம், சமூகம் ஆகியவற்றில் சமநிலை இருக்கும். உரிமைகள் சமமாகக் கிடைக்கப்படும், மற்றும் பொறுப்புகள் அனைவராலும் மேற்கொள்ளப்படும். சுயநல எண்ணங்கள் தணிந்து கட்டுப்படுத்தப்படும், சமூக நலன்கள் வளர்க்கப்படும். போர்கள் முடிவடைந்து, அன்பு, மகிழ்ச்சி, அமைதி ஆகியவற்றின் நறுமணம் உலகம் முழுவதும் பரவும்.

பொறுப்புகளை உணர்தல்:

உலகில் உள்ள எவராலும் தங்கள் வாழ்க்கையின் கடைசி கட்டத்தில் அவர்களுக்குச் சொந்தமானதையும், அவர்கள் கடினமாகப் பிரயாசப்பட்டதையும், தங்கள் கைகளில் எடுத்துச் செல்ல முடியாது. நாம் யாராக இருந்தாலும், நம் கைகளில் எது இருந்தாலும், பூமியில் நமக்கு இருக்கும் குறுகிய வாழ்க்கை விரைவில் மறைந்துவிடும் என்பதை நாம் அனைவரும் உணர வேண்டும். எதுவுமே நிரந்தரமில்லை, எல்லாவற்றையும் விட்டுவிட வேண்டும் என்ற மிக முக்கியமான உண்மையை நாம் எப்போதும் மனதில் கொள்ள வேண்டும். நாம் சம்பாதிக்கும் அல்லது யாரோ ஒருவர் நம்மிடம் ஒப்படைக்கும் காரியங்களை நிர்வகிக்கவே நாம் இவ்வுலகில் இருக்கிறோம்.

பொதுவானதை சரியாகப் பராமரித்தல்:

பல நேரங்களில், நமக்குரியதும் தனிப்பட்ட முறையில் நாம் பொறுப்பேற்க வேண்டியதுமான விஷயங்களை நாம் நன்றாகக் கவனித்துக்கொள்கிறோம். நமக்குச் சொந்தமில்லாததும் தனிப்பட்ட முறையில் நாம் பொறுப்பேற்க வேண்டியதுமாக இல்லாததுமான விஷயங்களிடத்து நாம் அக்கறை காட்டுவதில்லை அல்லது குறைவான அக்கறையே காட்டுகிறோம். தனிப்பட்ட காரியமாக இருந்தாலும் சரி, பொதுவான காரியமாக இருந்தாலும் சரி, எல்லாவற்றையும் கவனமாகவும் அக்கறையுடனும் எப்போதும் கையாள வேண்டும். நம் சொந்த காரியங்களைவிட அவை அதிகமாகப் பயன்படுத்தப்படுவதால், பொதுவான காரியங்களில் கூடுதல் கவனம் செலுத்துவதைப் பழக வேண்டும்.

பிறர் உடைமைகளை மதித்தல்:

மற்றவர்களின் உடைமைகள், அதிகாரம், பதவி அல்லது படைப்பாற்றலை நாம் மதிக்க வேண்டும். இதயத்தில் பொறாமையோ கசப்போ இல்லாமல் கவனித்துக்கொள்ள அது நமக்கு உதவும். எல்லாரும் பின்பற்றி, பொருத்தமற்றதை கொண்டிருந்தாலும், எப்பொழுதும் நமது தரநிலைகளை நாம் சரியாக அமைத்துக் கொள்ள வேண்டும். நம்மைச் சுற்றி இருக்கும் எல்லா காரியங்களும் ஒரு கட்டத்தில் யாருடையதாக இருந்தாலும், அவை நிலையானவை அல்ல என்பதை குறித்து நம் மனதிலும் இதயத்திலும் எச்சரிக்கையாக இருக்க வேண்டும். ஒரு நல்ல தலைவர் மற்றவர்களின் உடைமைகளை மதிக்கிறார், மேலும் அந்த உடைமை பயனற்று இருப்பதை விடப் பொது நன்மைக்காகப் பயன்படுத்தப்பட வேண்டும் என்று விரும்புகிறார்.

ஆக்கபூர்வமாக, அழிவுகரமாக அல்ல:

நம்மைச் சுற்றி இருக்கும் அனைத்தும் அனைவரும் ஒருவருக்கொருவர் நேரடியாகவோ அல்லது மறைமுகமாகவோ பங்களிக்கிறார்கள், அது ஆக்கபூர்வமாகவோ அல்லது அழிவுகரமாகவோ இருக்கலாம். அழிவுகரமான சில விஷயங்கள் அல்லது சில நபர்கள் இருந்தாலும், சிறந்த முறையில் பங்களிக்க உதவும் நேர்மறையானவற்றைக் அவர்களிடத்தில் கண்டறிய முயற்சிக்க வேண்டும். ஒருவருக்கொருவர் நன்மை செய்வதன் மூலம் நமது எண்ணங்கள், செயல்கள் மற்றும் உடைமைகள் ஆகியவற்றில் ஆக்கபூர்வமானதாக இருக்க வேண்டும்.

5. நிர்வகித்தல், உடைமையாகக் கொள்ளுதல் அல்ல

மற்ற உயிரினங்கள் மீது ஆதிகாரம்:

பூமியின் முகத்தில் வாழும் உயிருள்ள மற்றும் உயிரற்ற அனைத்து உயிரினங்களிலும் மனிதர்கள் மிகவும் ஆற்றல் வாய்ந்தவர்கள். எல்லாவற்றிற்கும் மேல் மனிதர்கள்தான் ஆதிக்கம் செலுத்துகிறார்கள். மனிதர்கள் நீர், காற்று மற்றும் நிலத்தை நேரடியாகவோ அல்லது மறைமுகமாகவோ ஆள்கின்றனர். அறிந்தோ அறியாமலோ பூமியில் உள்ள மற்ற அனைத்து உயிரினங்களின் மீதும் உள்ள அதிகாரமும் ஆதிக்கமும் மனிதர்களிடம் உள்ளது. 'அதிகாரம் இருக்கும் இடத்தில் பொறுப்பும் இருக்கும்' என்று ஒரு பழமொழி உண்டு. ஒரு நல்ல தலைவர் எப்பொழுதும் ஆட்சி செய்வதை விட அதிகாரத்தை ஒரு பொறுப்பாக எடுத்துக்கொள்கிறார்.

பாதிப்படையச்செய்யாமல் நன்மையை அனுபவித்தல்:

நம்மைச் சுற்றியுள்ள அனைத்தும் நன்மையானது, மேலும் அவை சில தனித்துவமான பண்புகளைக் கொண்டுள்ளது, அவை கருத்தில் கொள்ளப்பட வேண்டும். சரியான வரம்புகள் அல்லது எல்லைகளுடன் ஒரு காரியம் சரியான முறையில் பயன்படுத்தப்படும்போது, எதுவும் நிராகரிக்கப்பட வேண்டியதில்லை. பெரும்பாலான நேரங்களில், மனிதர்கள் முடிந்தவரை தங்களை திருப்திப்படுத்த முயற்சி செய்கிறார்கள், ஆனால் உண்மையில் நிரைய நபர்களால் அதை அடைய முடியாது, கைகளில் இருப்பதைக் கொண்டு மகிழ்ச்சியாகவும் திருப்தியாகவும் இருக்க வேண்டும். எதை எதற்குப் பயன்படுத்த வேண்டும் என்பதை கவனமாக அறிந்து, சரியான எல்லைகளைக் கவனமாக வரையறை செய்து எல்லாவற்றையும் அனுபவிக்க முயல வேண்டும்.

விதிமுறைகளைப் பின்பற்றுதல்:

நடத்தை நெறிமுறைகள் இல்லாமல் ஒவ்வொருவரும் தங்களுடைய வழியில் சில விஷயங்களைச் செய்யத் தொடங்கினால் பெரும் சிதைவு மற்றும் பேரழிவு ஏற்படும். நல்லிணக்கம் மற்றும் ஒழுங்குமுறையுடன் பயனுள்ளவர்களாக இருக்க, விதிமுறைகளைப் பின்பற்ற வேண்டும். தவறான நடத்தை அல்லது சிறிய கவனக்குறைவு கூடச் சுயத்தை அல்லது மற்ற நபரைப் பாதிக்கலாம். ஒரு நல்ல தலைவர் எப்பொழுதும் பொது நலனுக்காகச் சரியான மதிப்புகளுடனும் பிற மக்களை மதிக்கும் விதத்திலுமான அவர் வாழும் இடத்தின் விதிமுறைகளைப் பின்பற்றுவார்.

நமது நிலையற்ற தன்மையைப் புரிந்துகொள்ளுதல்:

உலகில் எதுவும் நிரந்தரமானதல்ல. மனிதர்கள் தொடர்ந்து காரியங்களை மாற்றியமைப்பதாலும், பொருட்களை உருவாக்குவதாலும் மாற்றங்கள் தொடர்கின்றன. மேலும், ஒரு தலைமுறை கடந்து செல்கிறது, மற்றொரு தலைமுறை வருகிறது, இது எண்ணங்கள், உணர்வுகள் மற்றும் செயல்களில் அதிக மாற்றத்தை ஏற்படுத்துகிறது. நாமோ நம்மைச் சுற்றியுள்ள பொருட்களோ நிரந்தரமானவை அல்ல என்பதை அனைவரும் புரிந்து கொள்ள வேண்டும். ஒரு நல்ல தலைவர், எதிர்கால சந்ததியினருக்காகச் சேமிப்பதில் கவனம் செலுத்தாமல், தற்போதைய தலைமுறை மகிழ்ச்சியாகவும், ஒருங்கிணைந்தும் இருக்க உதவுவதன் மூலம், தன்னை சுற்றியுள்ள உள்ள அனைத்து வளங்களையும் கொண்டு சிறப்பாக வாழ முயற்சிக்கிறார்.

பொறுப்புணர்வை செயல்படுத்துதல்:

குற்ற உணர்ச்சியிலிருந்து விடுபடுவது என்பது வல்ல இறைவனின் மிகப் பெரிய பரிசாகும், இது எப்போதும் இதயத்தில் மகிழ்ச்சியின் எல்லைகளைக் விரிவாக்குகிறது. எல்லாவற்றின் சமநிலையினாலும் நமது

உடைமைகள் மற்றும் மற்றவர்களின் உடைமையிகளின் மீது பொறுப்புடனும் பொறுப்புகூறுதலுடனும் இருப்பதனாலும் உறவுகளை வலுப்படுத்த முடியும், மேலும் அது மகிழ்ச்சியை அதிகரிக்கச் செய்கிறது. ஒருவரோடொருவர் அமைதியான முறையில் வாழப் பொறுப்புணர்வு உதவியாக இருக்கும், மேலும் அது மோதல்களைத் தவிர்க்கவும் மகிழ்ச்சியை மேம்படுத்தவும் உதவுகிறது.

8. ஒரு முன்மாதிரியாக இருத்தல்

(ஒரு தகுந்த வாழ்க்கையின் மூலம் நேர்மறையான முறையில் சுற்றியுள்ள மற்றவர்களித்தில் தாக்கத்தை ஏற்படுத்துதல்)

1. சரியான வார்த்தைகள் மற்றும் செயல்கள்

ஆசைப்படுவது மட்டுமல்ல, செயலாக்கப்படுத்துவது:

பெரும்பாலான நேரங்களில் உணவு அல்லது துணி இல்லாமல் இருக்கும் ஒரு நபரைப் பார்க்கும்போது, அவர்களுக்கு அது கிடைக்க வேண்டும் என்று நாம் அனுதாபம் கொள்கிறோம், ஆனால் அதைச் செயலாக்கப்படுத்த அதிகம் யோசிப்பதில்லை, ஆனால் நம்மால் அதற்காக ஏதாவது செய்ய முடியும். நம்மைச் சுற்றியிருக்கும் பிரச்சனைகளுக்காகவும் நம்மைத் தொந்தரவு செய்யும் ஏதாவது காரியத்திற்காகவும், அதைச் சரி செய்ய ஏதுவாக ஏதாவது செய்ய வேண்டும், அதில் நமது அக்கறையை உண்மையாகக் காட்ட வேண்டும். மேலும் சில நேரங்களில் அனுதாபம் கொள்வதோடு சில விஷயங்களைச் செயல்படுத்துவது, நம் மீது பிறருக்கு தன்னம்பிக்கையையும் நம்பிக்கையையும் உருவாக்குகிறது, மற்றும் பலர் நம்மை அணுகும்போது ஆறுதல் பெறுவார்கள்.

செயல்கள் இல்லாத ஆசைகள், இறந்ததற்கு சமானம்:

மிகவும் எளிமையான விஷயங்கள் முதல் அசாதாரண சாதனைகள் மற்றும் வாழ்வின் வெற்றிகள் வரை நாம் மற்றவர்களை எப்போதும் வாழ்த்துகிறோம். மேலும், அவர்களின் கஷ்டங்கள் மற்றும் துன்பங்களின் நேரத்தில் அவர்கள் நலமாக இருக்க விரும்புகிறோம். மகிழ்ச்சியின் போது நாம் நிறைய நேரங்களில் செயல்படாவிட்டாலும், நம்முடைய இடைபாடு இல்லாமல் மற்றவர்கள் தங்களை தாங்களே நிலைநிறுத்திக்கொள்ள முடியும் என்பதால் அது ஒரு வித்தியாசத்தை ஏற்படுத்தாது. ஆனால் துக்கத்தின் போது சில விஷயங்களுக்காக நாம் செயல்படும்போது அது

நிறைய வித்தியாசத்தை ஏற்படுத்துகிறது, மேலும் அது மற்றவர் தம் சுயத்தைப் புதுப்பித்து மதிப்பீடுகளுடன் தகுதியான காரியங்களைத் தொடர்வதற்கான நம்பிக்கையை அளிக்கிறது.

விலகலைத் தவிர்த்தல்:

நிச்சயமாக நம் கட்டுப்பாட்டிற்கு அப்பாற்பட்டு சில சூழ்நிலைகள் இருக்கும் மற்றும் எதிர்பாராத விஷயங்களும் நடக்கும், இது முன்குறித்த திட்டம் மற்றும் செயல்முறையிலிருந்து நம்மை விலகச் செய்யும். உயர்ந்த தரங்களின் அறிவைக் கொண்ட ஒரு புத்திசாலியான மனிதன் சிற்றின்பம் தரும் தவறான விஷயங்களைத் தவிர்த்து, வாழ்க்கையின் எந்தக் கட்டத்திலும் சாந்தத்துடன் தனது செயல்களில் நல்ல நடத்தையைக் கொண்டிருப்பார். ஒரு நல்ல தலைவர் வாழ்க்கையின் சந்தர்ப்பங்கள் மற்றும் சூழ்நிலைகளால் பாதிக்கப்படக்கூடாது, ஆனால் எப்போதும் தனது வாழ்க்கையின் மீது கட்டுப்பாட்டைக் கொண்டிருக்க வேண்டும் அல்லது சரியான முறையில் செயல்படுவதன் மூலம் நம் கட்டுப்பாட்டில் இல்லாத சில விஷயங்களைத் தவிர்க்க வேண்டும்.

பேச்சில் கவனமாக இருத்தல்:

ஒரு நாக்கு உடலின் மிகச் சிறிய பகுதியாகும், ஆனால் மாற்றி அமைக்கப்படும் வார்த்தைகளாலும் வஞ்சனையுள்ள வார்த்தைகளாலும் அது உலகத்தைத் தலைகீழாக மாற்றும் திறனைக் கொண்டுள்ளது. ஒரே வாயிலிருந்து வாழ்த்துதலும் சபித்தலும் வெளிவருகிறது, ஆனால் மக்கள் வாழ்த்துதல்களை விட நாம் உச்சரிக்கும் சாபத்தை நினைவில் கொள்கிறார்கள். நாம் பேசும் வார்த்தைகளில் மிகவும் கவனமாக இருக்க வேண்டும், ஏனென்றால் உண்மையான கரிசனையோடு பேசப்படும் வார்த்தைகளை மற்றவர் தாங்கள் விரும்பும் விதத்தில் விளக்குவதன் மூலம் வேறு ஏதாவது அர்த்தத்தில் எடுத்துக்கொள்ளச் செய்ய முடியும். மேலும்,

மற்றொரு நபரை நேரடியாகவோ அல்லது மறைமுகமாகவோ இழிவுபடுத்தும் அல்லது சங்கடப்படுத்தும் வார்த்தைகளையும் தவிர்க்க வேண்டும். ஒரு நல்ல முன்மாதிரியாக இருப்பதற்கு நாவை அடக்குவது மிகவும் அவசியம்.

2. சரியான அணுகுமுறை மற்றும் மதிப்பீடுகள்

மனதினை கட்டுப்படுத்துதல்:

நம் ஒவ்வொருவருக்கும் நம் உணர்வுகள் உள்ளன, அதிலிருந்து வெவ்வேறு உணர்ச்சிகள் எழுகின்றன. நம் உணர்ச்சிகளை மற்றவர்களுடன் பகிர்ந்து கொள்ளும் விதத்தைப் பல விஷயங்கள் பாதிக்கின்றன. நாம் ஒவ்வொருவரும் சரியான நேரத்தில் சரியான உணர்வுகளைச் சரியான முறையில் வெளிப்படுத்த நம் மனதினை கட்டுப்படுத்துவது அவசியம். ஒருவரையொருவர் சகித்துக்கொள்வதற்கும் மன்னிப்பதற்கும் நாம் இரக்கம், மனதுருக்கம், பணிவு, சாந்தம் மற்றும் பொறுமை ஆகியவற்றை நம் மனதினில் கொள்ள வேண்டும். நமக்குள்ளும் மற்றவர்களோடும் நிம்மதியாகவும் மகிழ்ச்சியாகவும் வாழ்வதற்கு, நமக்குத் தவறுச் செய்தவர்களை மன்னிப்பதில் கூட நம் மனதினை வடிவமைக்க வேண்டும்.

பரிபூரணத்தின் பிணைப்பை அணிதல்:

நம்மை மிகவும் சிறப்பானவராக்கவும் நல்லவராகவும் ஆக்கும் பல தன்மைகள் நிச்சயமாக உள்ளன. ஆனால் மிகக் கடினமாகவோ தாராளமாகவோ இருப்பது அனைத்து தன்மையையும் பயனில்லாததாகவும் மாற்றியமைக்கப்பட்டதாகவும் ஆக்கலாம். சிந்தனையையும் உணர்வைவும் சமநிலையில் இருக்க செய்யாத கடினத்தன்மையோ தாராளத்தன்மையோ அழிவை ஏற்படுத்தும். நம் எண்ணங்கள் மற்றும் உணர்வுகளில் அன்பு என்ற மிகப்பெரிய காரணிக்கு

அதிக இடத்தைக் கொடுப்பது, நம்மிடம் இருக்கும் காரியங்களிலும், நாம் செய்யும் எல்லாவற்றிலும் எப்போதும் சமநிலையை கொண்டிருக்க உதவும். எதிர்பார்ப்புகளும் நிபந்தனைகளும் இல்லாத உண்மையான அன்பு செலுத்துதலை நாம் கடைப்பிடிக்க வேண்டும்.

மனதில் உயர்ந்த மதிப்பீடுகள் கொண்டிருத்தல்:

நாம் பழக்கமாக்கும் பல்வேறு காரியங்களையும், காரியங்களைச் செய்யும் விதத்தையும் கவனமாகச் சிந்திப்பது மிகவும் முக்கியம். எல்லாவற்றையும் சரிபார்ப்பதும், நாம் வழக்கமாகச் செய்யும் காரியங்களைக் கூட மறுபரிசீலனை செய்வதும் அவசியம், ஏனென்றால் அவை நம் வாழ்க்கையில் இருக்க வேண்டிய மதிப்பீடுகளுக்கு முரணாக இருக்கலாம். வாழ்க்கையின் உயர்ந்த மதிப்பீடுகள் நம் வாழ்வின் எல்லாப் பகுதிகளிலும் அனைத்து ஞானத்தோடும் வலிமையாக இருக்க வேண்டும். இது மற்றவர்களுக்கும் கற்பிக்கப்பட வேண்டும், மேலும் ஒவ்வொருவரும் ஒருவருக்கொருவர் அறிவுரை கூறி அவர்கள் சிறந்து விளங்க உதவ வேண்டும்.

மற்றவர்களின் ஆர்வத்தை கருத்தில் கொள்ளுதல்:

ஒன்றுமே தெரியாது என்று உலகில் யாரும் இல்லை, ஒவ்வொருவருக்கும் அவரவருக்கான தனித்துவம் உள்ளது. நமது முந்தைய அல்லது தற்போதைய நிலையைப் பொருட்படுத்தாமல், நாம் பெற்றிருக்கும் சிறந்த காரியங்கள் எதுவாக இருந்தாலும், நாம் எப்போதும் தாழ்மையுடன் இருக்க வேண்டும். சில நேரங்களில் சுயநலத்தை மறுத்து மற்றவர்களின் நலன்களை எப்போதும் நாம் கருத்தில் கொள்ள வேண்டும். குற்றமற்றவர்களாகவும், தீங்கற்றவர்களாகவும் இருந்து, முணுமுணுக்காமலும், வாக்குவாதம் செய்யாமலும் நாம் காரியங்களைச் செய்ய வேண்டும்.

3. ஒப்படைத்து விட்டுவிடுதல் அல்ல செயல் விளக்கம் அளித்தல்:

பிறரை மகிழ்விக்கும் செயல்கள்:

சில சமயங்களில் நாம் நிறைய பேசுகிறோம், நம்மைச் சுற்றியுள்ளவர்களுக்கு அறிவுரை கூறுகிறோம், ஆனால் நாம் நம் வார்த்தைகளைக் கடைப்பிடிக்கத் தவறுகிறோம், நாம் செய்யக்கூடாததை நாமே செய்கிறோம். பெரும்பாலும் மக்கள் நம் வார்த்தைகளை விட செயல்களை அதிகமாகக் கவனிக்கிறார்கள், மேலும் நமது வார்த்தைகளிலும் செயலிலும் பெரிய விலகல் இருக்கும்போது, அவர்கள் நம்மை நம்ப மாட்டார்கள், நம்மிடம் எதையாகிலும் கேட்கவோ அல்லது அணுகவோ விரும்ப மாட்டார்கள். நாம் மற்றவர்களிடம் பொறுமையாக இருக்க வேண்டும், மற்றவர்களுக்கு ஊக்கமளிக்கும் ஒரு ஆதாரமாக இருக்க வேண்டும். நாம் பலவீனமானவர்களின் அக்கிரமங்களைச் சுமக்க வேண்டும், மேலும் நற்செயல்கள் மூலம் மற்றவர்களைப் பிரியப்படுத்த முயற்சிக்க வேண்டும், அதே போல் நமது வரம்புகளையும் ஏற்றுக்கொள்ள வேண்டும்.

வரம்புகள் இருப்பினும் மற்றவர்களை வரவேற்றல்:

மற்றவர்களின் தவறுகளைச் சகித்துக் கொள்வது மிகவும் கடினம், குறிப்பாக நாம் செய்யும் செயலில் அவை பேரழிவையோ இடையூறையோ ஏற்படுத்தும் போது. மேலும், குறைவான வெளிப்பாடு, குறைந்த அனுபவம் அல்லது வாழ்க்கையின் குழப்பமான சூழ்நிலைகள் போன்றவற்றின் காரணமாகக் குறைவான திறன் கொண்டவர்கள் உள்ளனர். அந்த நபரின் மனப்பான்மையை நாம் ஆராய்ந்து, எதிலும் திறமையில்லாதவர்களாகவும் அல்லது அணுகுமுறையில் பிரச்சனை உள்ளவர்களாகவும் இருப்பவர்களை கூட, அவர்கள் பயனுள்ள விதத்திலும் மகிழ்ச்சியாகவும் இருக்க உதவுவதற்காக எப்போதும் அவர்களை ஏற்று கொள்ள வேண்டும்.

சகிப்புத்தன்மை மற்றும் செயலில் பொறுமை:

சில விஷயங்கள் சாத்தியமில்லாத போதும் சில விலகல்களுடன் அல்லது நாம் எதிர்பார்த்தது போல் இல்லாமல் இருக்கும் போதும் எல்லா மனிதர்களுக்கும் கோபம் மற்றும் கசப்பு உணர்வுகள் நிச்சயமாக ஏற்படும். ஆனால், நாம் மற்றவரின் நிலையிலிருந்து யோசிக்க தொடங்கும்போதும், மற்றவரின் உள் எண்ணங்களையும் உணர்வுகளையும் புரிந்துகொள்வதன் மூலமும், உயர்ந்த மதிப்பீடுகளையும் உண்மையையும் அறிந்து ஒப்பிட்டுப் பார்ப்பதன் மூலமும், மரண பரியந்தம் நம்மை அவமதிப்பவர்களிடமும் துன்புறுத்துபவர்களிடமும் கூடச் சகிப்புத்தன்மையையும் அதீத பொறுமையையும் காட்ட முடியும்.

மன்னித்தலும் வெறுப்பு இல்லாமல் ஏற்றுக்கொள்ளுதலும்:

தெரிந்தே யாருக்கும் எதற்கும் தீங்கு விளைவிக்காமல் இருப்பதற்காக, வாழ்க்கையின் உயர்ந்த மதிப்பீடுகளின்படி இருக்கும் தரநிலைகள் மற்றும் கொள்கைகளுடன் ஒரு தலைவர் உறுதியாக இருக்க வேண்டும். ஒரு சிறந்த தலைவர் எதிரியின் தவறை மன்னித்து, துன்புறுத்துபவர்களைக் கூட வெறுப்பின்றி ஏற்றுக்கொள்வார், அவர்கள் அதைத் தொடர்ந்து செய்தாலும், அவர்களின் நலனை விரும்பி, அவர்களின் வாழ்க்கையில் நேர்மறையான மாற்றத்தை எதிர்பார்ப்பார்.

4. சுயநலத்தைத் எடுத்துப்போடுதல்

வெவ்வேறு தாலந்துகளும் திறமைகளும்:

ஒவ்வொருவருக்கும் ஏற்கனவே அவர்களிடம் இருக்கும் அல்லது இன்னும் அவர்கள் அடையாளம் கண்டு பயன்படுத்தாத சில தாலந்துகள் உள்ளன. மேலும், நிபுணராக நாம் இல்லாவிட்டாலும் நம் அனைவருக்கும் சில திறமைகள் உள்ளன, அதனால், ஒருவருக்கு ஏதாவது ஒரு வகையில்

பங்களிக்க முடியும். ஒரு நல்ல தலைவர் தன்னைச் சுற்றியுள்ள அனைவரின் தாலந்துகளையும் திறமைகளையும் அடையாளம் கண்டு, அவரை அணுகும் ஒவ்வொருவருக்கும் பொருத்தமான வாய்ப்பை வழங்க முயற்சிக்கிறார். மேலும், தாலந்துகளும் திறமைகளும் சுயத்தை மகிழ்விப்பதற்காக மட்டுமல்ல, மற்றவர்களின் நன்மைக்காகவும் நலனுக்காகவும் பயன்படுத்தப்படுகின்றன.

ஒன்றாகச் சேர்ந்து செயல்படுவதில் உள்ள சிறந்த உணர்வு:

சில வேலைகளை நாமே பொறுப்பேற்று செய்து முடிக்க முயலும் போது நிச்சயமாக அதிக பொறுப்பும் நம்முடையது என்ற உணர்வும் இருக்கும். ஆனால், குழுப்பணியின் முக்கியத்துவத்தைப் புரிந்துகொண்டு நம்மில் பலர் ஒன்றாகச் செயல்படும்போது, சாதனைகளும் செயல்திறனும் நிலைத்தன்மையும் அதிகமாக இருக்கும். நாமே காரியங்களைச் செய்யும்போது, நாம் நம்மை மேம்படுத்திக் கொள்கிறோம், ஆனால் மற்றவர்களை ஈடுபடுத்தும்போது, நம்மை மேம்படுத்துவதுடன், மற்றவர்களையும் கட்டியெழுப்புகிறோம், மேலும் அதில் ஒரு பெரிய பயன் இருக்கிறது.

எல்லாம் கடந்து போகும், அன்பு ஒருபோதும் அழியாது:

ஒரு குழுவில் சேர்ந்திருப்பது எப்போதுமே கடினம், ஏனெனில் சில முரண்பாடுகளைத் தவிர்ப்பதற்காக, சில நிலையான நடைமுறைகளை நாம் பின்பற்ற வேண்டும் மற்றும் சில பொதுவான கொள்கைகளைக் கொண்டிருக்கவும் வேண்டும். நம்மிடம் நன்கு ஒழுங்கமைக்கப்பட்டதும் முறையானதுமான கொள்கைகள் அல்லது நடைமுறைகள் இருந்தாலும், வெவ்வேறு நபர்கள் தங்கள் சுய சூழ்நிலைகள் மற்றும் பின்னணிகளுக்கு ஏற்ப வித்தியாசமாக எடுத்துக்கொள்கிறார்கள், ஏனெனில் மனிதர்கள் சிந்தனைகளை மட்டுமல்ல உணர்வுகளையும் கொண்டிருக்கிறார்கள். இருப்பினும், முன்பு உருவாக்கப்பட்ட அனைத்தும் மற்றும் ஒவ்வொரு

முன்னுரிமையும் மாறினாலும் கூட, அன்பின் காரணி மட்டுமே எல்லாவற்றையும் சரிசெய்தும் சமரசம் செய்தும் மீண்டும் ஒன்றிணைக்க முடியும்.

தேவையானவற்றைப் பயன்படுத்தி பயனுள்ளவராக இருத்தல்:

பெரும்பாலான சமயங்களில் உண்மையில் என்ன தேவை என்பதைப் பற்றி அதிகம் சிந்திக்காமலும், தேவையை நாமே நிறைவேற்றுவது சாத்தியமா அல்லது வேறொருவரின் ஆதரவு தேவையா என்று யோசிக்காமலும், அறிந்தோ அறியாமலோ நம்மிடம் இருப்பதைப் பயன்படுத்த முயற்சிப்போம். மேலும், சில காரியங்களில் மிகவும் திறமையான நபர்கள் இருப்பார்கள், எனினும் சூழ்நிலைக்கு வேறு ஏதாவது தேவைப்படலாம், ஆனால் அந்த நபர் சுயத்தை உயர்த்தி, தான் நிபுணத்துவம் பெற்றதைச் செய்ய விரும்புவார்கள். ஒரு நல்ல தலைவர் தனக்குத் தெரிந்ததைக் காட்டுவதில் ஆர்வம் காட்டாமல், தேவையானதைச் செய்து அதில் சிறந்த விளங்குவார்.

5. உயர்ந்த மரபை விட்டுச் செல்லுதல்

உண்மையான நன்மையைக் கண்டறிதல்:

நாம் சரியான வழியில் நடக்கும்போது, சரியான வழிமுறைகளைப் பின்பற்றும்போது, உண்மையான மனிதர்களின் பார்வையில் உண்மையான தயவு இருக்கும், மற்றும் பொறாமை கொண்ட சிலரும் இருக்கலாம். ஒரு நல்ல தலைவனுக்குச் சில கொள்கைகள் மற்றும் நடத்தை விதிகள் உள்ளன, அதை யாராலும் கொள்ளையாட முடியாது. சரியானதை நோக்கி இருப்பதில் அவர்கள் நல்ல முன்மாதிரியாக இருப்பார்கள். சிலர் அவர்களைத் துன்புறுத்தினாலும், துன்பங்கள் இருந்தாலும், அவர்கள் உண்மையைப் பின்பற்றும் நிலைப்பாட்டை

எடுக்கிறார்கள், இதன் மூலம் நெருங்கிய தொடர்புடைய மக்களின் பார்வையிலும், அவர்களைத் துன்புறுத்தும் நபர்களின் பார்வையிலும் கூட உண்மையான தயவைக் கண்டடைகிறார்கள்.

ஒழுங்கின்மையிலிருந்து விலகுதல்:

சில நடைமுறைகள் அல்லது செயல்முறைகள் சட்டமாகிவிட்டன, ஏனெனில் அவை பெரும்பான்மையானோரால் தேர்வு செய்யப்படுகிறது. பெரும்பான்மையினால் நாம் கவரப்பட கூடாத, ஆனால் எப்போதும் ஏற்றுக்கொள்ளக்கூடியதும் சரியானததுமான காரியங்களின் ஒரு பகுதியாக இருக்க வேண்டும். நாம் செய்யும் அல்லது பின்பற்றும் செயல்கள் சரியானதா என்பதையும் அல்லது ஒழுங்கின்மை நோக்கி விலகிச் செல்கிறதா என்பதையும் எப்போதும் பகுப்பாய்வு செய்ய வேண்டும். பெரும்பான்மையான மக்கள் பின்பற்றுவது, செய்வது மற்றும் சொல்வது போன்றவற்றால் ஒரு நல்ல தலைவர் ஒருபோதும் ஈர்க்கப்பட மாட்டார், ஆனால் எப்போதும் மகிழ்ச்சியானதையும் நன்மையானதையும் செய்ய முயற்சிப்பார்.

பின்பற்ற ஒரு எடுத்துக்காட்டு:

உலகில் உள்ள பலருக்கு முன்மாதிரியாகப் பலர் உள்ளனர். நாம் செய்யும் விதமும், பேசும் விதமும் மற்றவர்களை நேர்மறையாகவோ அல்லது எதிர்மறையாகவோ பாதிக்கிறது. நாம் ஒருவருக்கு முன்மாதிரியாக இருக்கும்போது, அவர்களுக்கு நல்ல விஷயங்கள் மட்டுமல்ல, நம்மில் என்ன தவறு இருக்கிறதோ அதுவும் பிடிக்கப்படுகிறது. அதேபோல், ஒருவரை முன்மாதிரியாக எடுத்துக் கொள்ளும்போது, கெட்ட பழக்கங்களைக் கூட நல்லதாகப் பகுத்தறிய முயற்சிக்கிறோம். ஒரு நல்ல முன்மாதிரியைப் பின்பற்றுவது மிகவும் கடினம், மேலும் ஒரு நல்ல உதாரணத்தைக் கண்டுபிடிப்பது மிகவும் கடினம். ஒரு நல்ல தலைவர் தன்னைப் பின்தொடரச் சொல்வதை விட, தவறுகளில் இருந்து தன்னைப்

பாதுகாத்துக் கொள்ள முயற்சிக்கிறார், மேலும் அவரது குழுவினருக்கு எது சிறந்தது என்பதைக் கூறுகிறார்.

நன்மை செய்வதில் சோர்வடைய வேண்டாம்:

அன்றாட வாழ்விற்காகப் பாடுபடாமல், நல்ல நிலைக்குச் சென்றுவிட்டால், சில நன்மைகளைச் செய்வது எளிது. ஆனால் ஒரு நல்ல தலைவர் சிறந்தவிதத்தில் தன்னால் இயன்றதைச் செய்ய முயற்சிப்பார், அவரால் ஒரு காரியத்தைச் செய்ய முடியாவிட்டாலும், ஆதரவளிக்கும் திறன் கொண்ட ஒருவரைக் கண்டறிந்து நிச்சயமாக அவர் ஏதாவது செய்வார். சில சமயங்களில் சிலர் தங்களுக்காகச் செய்யப்படும் காரியங்களைத் தீவிரமாக எடுத்துக் கொள்ளாமல், செய்ததைக் குறை கூறும்போது, நன்மையைச் செய்வதில் ஊக்கமின்மை இருக்கும். ஆனால் ஊக்கமிழக்க செய்பவர்கள் உட்பட பலருக்கு ஒரு கட்டத்தில் அந்நன்மை தேவைப்படுகிறது, இருப்பினும் அதன் முக்கியத்துவம் அவர்களுக்குத் தெரியாது.

புத்திசாலியாகவும் எல்லா மனிதர்களுக்கும் அணுகக்கூடியவராகவும் இருத்தல்:

ஒரு நல்ல தலைவர் என்பவர் பின்பற்றப்படுபவர், போற்றப்படுபவர், ஊக்கமளிப்பவர் மற்றும் அவரது அடிச்சுவடுகளைப் பின்பற்ற ஏதுவானவர். மக்கள் மத்தியில் அவரின் புகழ் மற்றும் பிரபலத்தின் காரணத்தாலும், சிலரின் குறுக்குவழிகள் அல்லது நியாயமற்ற செயல்கள் ஒரு நல்ல தலைவரால் ஆதரிக்கப்படாது என்பதாலும், அவர்களையும் வெறுக்கும் சிலர் இருப்பர். அந்த மக்கள் தலைவர் ஏதோவொன்றில் விழுந்துவிட வேண்டும் என்று எப்பொழுதும் விரும்புவார்கள், அவர்கள் குற்றப்படுத்தவோ குற்றம் சாட்டவோ தயாராக இருப்பார்கள். மேலும், ஒரு நல்ல தலைவர் எல்லோரும் அணுகுவதற்கு எளிமையாகவும் பணிவாகவும் இருப்பார், ஏனெனில் அவர் அனைவரையும் அனைத்து

மரியாதையுடன் கருதுகிறார், வாய்ப்புகள் வழங்கப்பட்டால் அவர்கள் பெரிய விஷயங்களைச் செய்வார்கள் என்ற நம்பிக்கை அவருக்குள்ளது.

9. விட்டுக்கொடுக்கக் கூடாத நம்பிக்கைகள்

(எல்லாவற்றையும் கருத்தில் கொண்டு, உண்மையை
விட்டுக்கொடுக்காமல் சில நேர்மையான நிலைப்பாடுகளை எடுக்க)

1. தரநிலைகளை வரையறுத்தல்

நித்தியமான மகிழ்ச்சியை பெற்றிருத்தல்:

நமக்கு விருப்பமான ஒருவருடன் இருப்பதன் மூலமோ, விருப்பமான
சூழ்நிலையில் இருப்பதன் மூலமோ மகிழ்ச்சியைப் பெறுவது எளிது.
ஆனால் மிகவும் சுவாரசியம் இல்லாத அல்லது நமக்கு விருப்பமில்லாத
காரியங்கள் இருக்கும்போது, மகிழ்ச்சியுடன் இருப்பதில் ஒருவித
தொந்தரவு இருக்கும். எல்லா நேரங்களிலும், எல்லா இடங்களிலும் எல்லா
மனிதரிடத்திலும் நாம் எப்பொழுதும் நல்ல செயல்களைக்
கடைப்பிடித்தால், நிலையான மகிழ்ச்சி இருக்கும். மேலும், தற்காலிக
திருப்திக்கான முயற்சியாக இருக்கும் முட்டாள்தனமான கேள்விகள்
மற்றும் முயற்சிகளைத் தவிர்ப்பதன் மூலம், நம் உணர்வுகளிலும்
சிந்தனைகளிலும் நிலையான மகிழ்ச்சியைப் பெற முடியும்.

சிறந்த சாந்தத்தை கொண்டிருத்தல்:

நம்மைச் சுற்றி இருக்கும் ஒருவரின் தவறுகளைக் கண்டறிந்தால்,
அவர்களை எளிதாகக் குற்றம் சாட்டுவோம், அவர்களைச்
சங்கடப்படுத்துவோம் அல்லது உண்மையான கரிசனையோடு
திருத்துவோம். ஆனால் முதலில் நாம் தவறுகளை ஏற்றுக்கொண்டு அதை
மீண்டும் செய்யாமல் இருப்பதற்கான திருத்தங்களைச் செய்யும்
பொழுதுதான், பிறரைத் திருத்துவது சரியாக இருக்கும், அப்போதுதான்
குற்றஞ்சாட்டாமல் அல்லது சங்கடப்படுத்தாமல் பிறரைத் திருத்த முடியும்.
நாம் அதிகாரிகளுக்குக் கீழ்ப்படிந்து, காரியங்களை வெளிப்படுத்துவதில்
தாழ்மையுடன் இருக்க வேண்டும், அவர்கள் தங்கள் அறிவிலும்

ஏற்றுக்கொள்ளும் விதத்திலும் போதுமானவராக இல்லாவிட்டாலும், இன்னும் நாம் அவர்களின் அதிகாரத்தின் கீழ் இருக்கிறோம்.

கசப்புத்தன்மை இல்லாமல் உதவுதல்:

ஒருவருடன் ஏதேனும் கருத்து வேறுபாடு இருந்தால், ஒரு நபர் நன்மையையோ பெரிய காரியத்தையோ செய்வதற்கு முன் முதலில் அதைத் தீர்க்க வேண்டும், இல்லையெனில் அச்செய்கையில் மற்றவருக்கு எந்த அர்த்தமும் இருக்காது. பொறுப்புகளை நிறைவேற்றுவது மனப்பூர்வமாகப் பயனளிப்பதற்காக இல்லாமல் பணியை முடிப்பதற்காக மட்டுமே இருக்கும் போது, அது திறம்பட ஒரு தாக்கத்தை ஏற்படுத்தாது. நமக்கு எதிராளியானவரிடமிருந்து ஒரு காரியம் வரும் பொழுதும் கூட அக்காரியம் சரியாக இருக்கும் போது அதை ஒப்புக் கொள்ள வேண்டும். நம்மிடம் கேட்பவர்களுக்கு, இயன்றதைக் கொடுத்துப் பழக வேண்டும். மேலும், நம்மைத் துன்புறுத்தி, சபிக்கிறவர்களையும் நேசிக்க வேண்டும். மேலும் பாராட்டப்படுவதற்காக அல்லாமல் மற்றவரின் நலனுக்காக மாத்திரம் நாம் மற்றவர்களுக்கு உதவுவதைப் பழக வேண்டும். நமது சுய அனுபவங்கள் அல்லது ஒரு நபருடனான தொடர்பு ஆகியவற்றின் அடிப்படையில் மற்றவர்களை நாம் மதிப்பிடக் கூடாது.

கவலையினால் கல்ங்காதீர்கள்:

முழுமையாகப் பிரபஞ்சத்தில் உள்ள உயிரினங்களை நாம் கவனிக்கும்போது நம் வாழ்க்கைக்கு பெரிய பாடங்கள் கிடைக்கின்றன. சில உயிரினங்கள் எழுந்திருக்கும்போது தெளிவான யோசனை என்பது இல்லாமல் இருந்தாலும் அல்லது தங்கள் நாளைத் தொடங்கும்போது அனைத்தும் வெறுமையாகத் தோன்றினாலும், அவை முன்னேறத் தொடங்கும் போது, காணாத விஷயங்களில் நம்பிக்கை வைத்து, அவை தங்கள் வாழ்க்கையின் அழகைக் கண்டுபிடிக்க முடிகின்றது மற்றும் பிரபஞ்சத்தில் உள்ள உயிரினங்களுடன் ஒப்பிடுகையில் சரியான

திட்டங்களைக் கொண்ட மனிதனால் கூட அவ்வளவு திருப்தி அடைய முடிவதில்லை. காக்கைகளிலிருந்து சேவல்கள் வரையிலும், மரங்களிலிருந்து புல் வரையிலும், யானையிலிருந்து எறும்புகள் வரையிலும் நாம் அதை கவனித்துப் பார்க்க முடியும், அவை அதிகம் பாடுபடாது, திட்டமிடாது, ஆனால் அவைக் கவலையின்றி அன்றைய தேவையைப் பூர்த்தி செய்து கொள்கிறது.

பொய்யான வாக்குறுதிகளை வெறுத்தல்:

ஒரு சிறு குழந்தையினிடத்தில் சொன்னாலோ அல்லது மிகவும் மதிப்பிற்குரிய நபரிடம் சொன்னாலோ நாம் எப்போதும் நம் வார்த்தைகளைக் கடைப்பிடிக்க வேண்டும். நாம் ஒருவரிடம் ஆம் என்று கூறும்போது அது எப்போதும் ஆம் என்று இருக்க வேண்டும், நாம் ஒருவரிடம் இல்லை என்று கூறும்போது, அது எப்போதும் இல்லை என்று இருக்க வேண்டும், மேலும் நாம் நேர்மையாகச் சரியான விதத்தில் முன்னோக்கிச் செல்லும்போது நாம் உறுதியளிக்க வேண்டிய அவசியமில்லை, நாம் சரியானவர் என்று நிரூபிக்க வேண்டிய அவசியமுமில்லை. பொய்யான வாக்குறுதிகளை ஒருபோதும் வழங்கக்கூடாது, குறிப்பாகத் தலைமைப் பதவியில் இருப்பவர்கள் எதையாவது பெறுவதற்காகவோ அல்லது ஏதாவது முன்னேற்றத்தை அடைவதற்காகவோ அவ்வாறு வழங்கக்கூடாது. பொய்யான வாக்குறுதிகள் உடைந்து பல குழப்பங்களை ஏற்படுத்தும்.

2. உண்மைக்காக நிலைத்திருத்தல்:

வெளிச்சத்தில் நடத்தல்:

ஒருவரின் தவறுகளில் நாம் பங்கு கொள்ளாமல் இருளில் இருப்பவர்கள் மீது அக்கறை கொண்டுள்ளவர்களாய் அவர்கள் ஒளியை அறிந்து நடக்க

உதவ வேண்டும். மேலும் கேள்விகள் கேட்கப்படும்போதும், நாம் எதையாவது சிறந்த முறையில் கையாண்டிருக்கலாம் அல்லது அணுகியிருக்கலாம் என்பதை உணரும்போதும், நம்முடைய வரம்புகளை ஏற்றுக்கொள்வதன் மூலம் நமக்கு நாமே உண்மையாகவும் மற்றவர்களுக்கு உண்மையாகவும் இருக்க வேண்டும். பலர் இருளில் நடக்கிறார்கள் என்பதற்காக நாம் ஒளியினை ஒருபோதும் சமரசம் செய்யக்கூடாது.

சத்தியத்தில் நடத்தல்:

ஒரு நல்ல தலைவர் எப்பொழுதும் உண்மையாக இருக்க வேண்டும் மற்றும் அவரது எல்லா வார்த்தைகளையும் நிறைவேற்ற வேண்டும். அவர் ஒரு நியாயமான காரணமின்றி, சூழ்நிலை அல்லது நபர்களுக்கு ஏற்பத் தனது வார்த்தைகளை அல்லது செயல்களை மாற்றக்கூடாது. தலைவர் தனது நம்பிக்கைகள், எண்ணங்கள் மற்றும் செயல்களில் எப்போதும் நியாயமானவராக இருக்க வேண்டும், அவை சத்தியத்தின் வலுவான அடிப்படையைக் கொண்டிருப்பதை உறுதி செய்ய வேண்டும். ஒரு நல்ல தலைவர், குழுவின் நல்வாழ்வுக்காக உண்மையைப் புரிந்துகொள்ளவும், சரியானதையும் நியாயமானதையும் பின்பற்றவும் குழுவினருக்கு உதவ வேண்டும்.

பொய்களின்றி சரியாக நடத்தல்:

நாம் வாழும் உலகில் பெரும் விலகல்கள் உள்ளன. ஒவ்வொரு நாட்டிலும், நாடுகளின் சட்டங்கள் கூட ஒரே மாதிரியாக இருக்கவில்லை, ஏனென்றால் எல்லாவற்றையும் தரமாகப் பரிசீலிக்காமல் பகுத்தறிவு அடிப்படையில் ஒரு பக்கச்சார்பான முடிவுகளும் சிந்தனைகளும் இடம் பெற்றுள்ளன. ஒரு காரியம் தவறு அல்ல என்றாலும், எல்லாவற்றிலிருந்தும் சில தவறுகளைக் கண்டுபிடிப்பது சாத்தியம் என்பதால், நேர்மையாக இருப்பது கடினம். சரியாக நடப்பது என்பது

மிகவும் அதிக இன்னல்களை ஏற்படுத்தலாம், மற்றும் ஒரு கட்டத்தில் சரியாக நடப்பதற்கான நிதானத்தையும் ஆர்வத்தையும் நாம் இழக்க நேரிடலாம், ஆனால் அது ஒரு தருணத்தில் வித்தியாசத்தை ஏற்படுத்துவதால், அது மிகவும் மதிப்புமிக்கது.

அன்போடு நடத்தல்:

எல்லாவற்றிற்கும் மேலாக, ஒரு நபரை மாற்றக்கூடியதாகவும் சிறந்த தன்மையுடையவராக ஆக்கக்கூடியதாகவும் இருக்கும் ஒன்று, வழங்கப்படும் உண்மையான அன்பாகும். அன்பு சத்தியத்தில் நிலைத்திருக்கும், உண்மையைப் பின்பற்றாதவர்கள், மற்றவரை உண்மையான இதயத்துடனும் நிபந்தனையின்றியும் நேசிக்க முடியாது, ஆனால் சில எதிர்பார்ப்புகளுடன் அன்பு செலுத்துவர். ஒரு நல்ல தலைவர் அன்பில் நடக்க வேண்டும், எப்போதும் உண்மைக்காக நிலைநிற்க வேண்டும், மற்றவர்களின் நல்வாழ்விற்காக அவர்கள் அதைப் புரிந்துகொள்ளச் சாத்தியமான வழியில் உதவ வேண்டும்.

3. மதிப்புமிக்க நம்பிக்கைகளைக் கொண்டிருத்தல்

சோதனைகளிலிருந்து தப்பித்தல்:

நாம் ஒவ்வொருவரும் வீழ்ச்சியடைந்ததும் சீரழிந்ததுமான ஒரு சூழலால் சூழப்பட்டுள்ளோம், அதில் வெளிப்படையானதல்லாமலும் காணக்கூடாததாகவும் உள்ள அதிக ஏமாற்றங்களும் வழி விலகல்களும் உள்ளன. ஏனென்றால், நாமே நூறு சதவீதம் உண்மையானவர்களாக இருப்பதில்லை, மேலும் மேம்படுத்துவதற்கு ஏதுவான தடுமாற்றமான பகுதிகள் நம்மிடத்தில் உள்ளன. நாம் உறுதியாக நின்று எதிர்த்துப் போராடக்கூடிய சில விஷயங்கள் உள்ளன, மற்றும் சில காரியங்களை

மேற்கொள்ள முயற்சித்தால் அவை நம்மைப் பெரிதும் பாதிக்கக்கூடும், அத்தகைய விஷயங்களுக்கு எதிராக நாம் தப்பி ஓட வேண்டும், அதில் வீழ்ந்துவிடாமல் கவனமாக இருக்க வேண்டும்.

வெறுப்பவர்களை மன்னித்து வேண்டியதை அளித்தல்:

ஒரு தலைவர் தன்னுடன் நல்லுறவு வைத்துள்ள மக்களுக்கு மட்டும் சாதகமாக இருக்கக்கூடாது. ஆனால் ஒரு நல்ல தலைவர் அறியாமையால் அல்லது பொறாமையால் அல்லது வேறு எந்தக் காரணத்திற்காகவும் தனக்கு எதிராகச் செயல்படுபவர்களுக்கு கூட நன்மைச் செய்ய தயாராக இருக்க வேண்டும். மேலும் ஒரு நல்ல தலைவர் மற்றவரின் அடிப்படைத் தேவைகளையும் பூர்த்தி செய்ய வேண்டும், தன்னை வெறுப்பவர்களுக்கு கூட உணவளிக்கத் தயங்கக் கூடாது. அது அவரை உயர்ந்தவராக்குகிறது மற்றும் தவறு செய்பவர்களும் அவரை வெறுப்பவர்களும் கூடத் தங்கள் தவறுகளிலிருந்து வருந்துவதற்கு உதவுகிறது.

சரியான நம்பிக்கைகளில் உறுதியாயிருத்தல்:

முன்னோக்குதலின் மாற்றம் மற்றும் புதுமைகளின் காரணமாகத் தலைமுறைகளாக இருந்த விதிகள் மற்றும் சட்டங்களில் கூட நம்மைச் சுற்றி எப்போதும் தொடர்ச்சியான மாற்றங்கள் உள்ளன. ஆனால் ஒரு நல்ல தலைவர், முக்கிய மதிப்பீடுகளும் கொள்கைகளுமான நம்பிக்கைகளில் வலுவாக இருக்க வேண்டும், இவற்றிலிருந்து விலகுவது ஒரு பெரிய குழுவைத் தற்காலிகமாகத் திருப்திப்படுத்தினாலும், நீண்ட காலத்திற்கு பிறகு ஒரு பேரழிவை ஏற்படுத்தும்.

கற்பதிலும் பயனுள்ளவரகளாக இருப்பதிலும் வளைந்துக்கொடுத்தல்:

திட்டங்கள் மற்றும் எதிர்பார்ப்புகளின்படி எல்லாம் நடப்பதில்லை, சுற்றுச்சூழலினாலோ நம்மைச் சுற்றியுள்ள மக்களினாலோ நிச்சயமாக மாறும் சூழ்நிலைகள் இருக்கும். ஒரு நல்ல தலைவர் தோல்விகள் அல்லது

தவறுகளிலிருந்து கற்றுக்கொள்வதற்கு ஏதுவானவராக இருக்க வேண்டும், மேலும் புதிய விஷயங்களைக் கற்றுக்கொள்வதற்கு அவர் தயங்காமல் இருக்க வேண்டும், அதுவும் மற்றவர்களுக்குப் பயனுள்ள விதத்தில் இருப்பதற்காகத் தனிப்பட்ட முறையில் அவருக்கு ஆர்வம் இல்லையெனினும், அதைக் கற்கலாம். ஒரு நல்ல தலைவர் எல்லாவற்றையும் ஒரு வாய்ப்பாகப் பார்க்கலாம், தடையாக அல்ல.

4. ஒப்புக்கொண்டதை நிறைவேற்றுதல்:

செயல்களில் சாந்தம் மற்றும் மென்மை:

நம்மிடம் நிறைய திறமைகள் இருக்கும்போதும், நமக்கு நிறைய பொறுப்புகள் இருக்கும்போதும் நாம் பெருமிதம் அடைவதற்கான வாய்ப்புகள் எப்போதும் உண்டு. ஒரு நல்ல தலைவர் பெருமையைச் சரியாகக் கைக்கொண்டு, சாந்தமாகவும் மென்மையாகவும் இருப்பதில் கவனமாக இருக்க வேண்டும். மனப்பான்மை சரியாக இருந்தால், நாம் பேசும் வார்த்தைகளில் மட்டுமல்ல, நாம் செய்யும் எல்லா செயல்களிலும் எல்லோருடனும் நட்புப்பாராட்ட ஏதுவாகத் தாழ்மையாகவும் மென்மையாகவும் இருக்க வேண்டும் என்ற வலுவான அர்ப்பணிப்பு இருக்கும்.

ஒரு நோக்கத்திற்காகத் துன்பத்தை ஏற்றுக்கொள்ளுதல்:

ஒவ்வொருவரும் தாங்கள் செய்யும் நல்ல காரியங்களுக்குப் பாராட்டும் ஊக்கமும் பெற மாட்டார்கள். சில நேரங்களில் பாராட்டும் ஊக்கமும், அது சரியா தவறா என்பதைப் பொருட்படுத்தாமல், சில விஷயங்களுக்கோ அல்லது நம்மில் பெரும்பாலோர் செய்யும் செயல்களுக்கோ மட்டுமே இருக்கும். ஆனால் ஒரு நல்ல தலைவர் எப்போதும் மதிப்பீடுகளில் வலுவாக இருக்க வேண்டும் மற்றும் சரியானதைத் தொடர வேண்டும். ஒரு

நல்ல தலைவர் பெரும்பாலான மக்கள் என்ன செய்கிறார்கள் என்பதைப் பற்றிக் கவலைப்படமாட்டார், ஆனால் மற்றவர்களைப் பாதிக்காமல் இருக்கவும், எல்லோரும் மகிழ்ச்சியாக இருக்கவும் பெரும்பாலான மக்களுக்கு என்ன தேவை என்பதில் கவனம் செலுத்துவார்.

நல்ல போராட்டத்தைப் போராடி இலக்கை அடைதல்:

ஒரு காரியத்திற்காக உழைக்காமல் நம் இலக்கை அடைவது எளிதல்ல, அதற்காக உழைக்காமல் அல்லது குறுக்கு வழிகளைப் பயன்படுத்தி நம் இலக்கை அடைந்தால், அது மதிப்பிற்குரியதாக இருக்காது, நேரம் செல்லச் செல்ல நம் மகிழ்ச்சியை இழக்கச்செய்யும். ஒரு நல்ல தலைவர் தனக்கும், தன்னோடிருக்கும் குழுவினருக்கும் இலக்குகளைக் கொண்டிருக்க வேண்டும். மேலும், ஒரு நல்ல தலைவர், துன்பங்கள் மற்றும் தடைகள் இருக்கும் போதும், நல்ல நம்பிக்கையை விட்டுக்கொடுக்காமல், உயரங்களை அடைய அந்த நம்பிக்கையுடன் போராடுவதன் மூலம், இலக்குகளை அடைய கடினமாக முயற்சி செய்கிறார்.

காரியங்களை நிறைவேற்றி மகிழ்ச்சியின் கிரீடத்தைப் பெறுதல்:

நாம் எதையாவது செய்யும்போது, அதற்கு ஈடாக நாம் வெகுமதியைப் பெற வேண்டும். ஒரு நல்ல தலைவர் எப்போதும் சுற்றியுள்ள மக்களின் நலனுக்காக எதையாவது நோக்கிச் செயல்படுகிறார், வெகுமதிக்காக அல்ல, ஆனால் அவர் எப்போதும் அதற்குத் தகுதியானவர். ஒரு நல்ல தலைவர் தனது அணுகுமுறையைச் சரியாக அமைத்துக்கொள்கிறார், மேலும் அவர் ஒரு பல கோடி ரூபாய் வெகுமதியைப் பெறுவதை விட, ஒரு நடடரித்தில் ஏற்படும் நிறைவு மற்றும் தாக்கத்தில் மகிழ்ச்சியின் கிரீடத்தைப் பெறுவார்.

5. விலைமதிப்பற்ற கொள்கைகளை மற்றவருக்குப் பகிர்தல்:

எது சரியானது என்பதை அறிவுறுத்துதல்:

ஒரு நல்ல தலைவர், குழுவினர் தங்களைச் சரியாக அமைத்துக் கொள்ளவும், சரியானதைப் பின்பற்றவும் அறிவுறுத்தல்களையும் விதிமுறைகளையும் எப்போதும் வழங்க வேண்டும். சில நேரங்களில் இறுதியான முடிவு மிகவும் மகிழ்ச்சிகரமாக இருக்கலாம் மற்றும் சரியானதாகத் தோன்றலாம் ஆனால் பின்பற்றப்படும் பாதையும் எடுக்கப்படும் முடிவுகளும் யாரோ ஒருவரை ஏதோ ஒரு வகையில் பாதித்திருக்கும். தலைவர் எப்பொழுதும் தன்னை பின்பற்றும் மற்றவர்களுக்குப் பொருத்தமானதையும் சரியானதையும் அறிவுறுத்துவது அவசியம்.

வாக்களித்த காரியங்களை விரைவாகச் செயல்படுத்துங்கள்:

வாக்குறுதிகளை வழங்குவதும் ஒருவரின் விருப்பத்தை அல்லது ஆதரவைப் பெறுவதும் எளிதானது, ஆனால் வாக்குறுதிகள் நிறைவேற்றப்படாவிட்டால், அந்த ஆதரவு நீடித்ததாகவும் மதிப்பிற்குரியதாகவும் இருக்காது. மேலும், காலப்போக்கில் நாம் அதிக பொறுப்புகளைப் பெறுவோம், மேலும் வாக்குறுதிகளை மறந்துவிட்டு வேறொன்றில் கவனம் செலுத்தத் தொடங்குகிறோம். ஒரு நல்ல தலைவர் கொடுக்கப்பட்ட வாக்குறுதிகள் பற்றிச் சிந்திக்க வேண்டும், மேலும் வாக்குறுதிகளை உடனடியாக நிறைவேற்ற முயற்சிக்க வேண்டும்.

பொறுமை மற்றும் விடாமுயற்சி:

சில சமயங்களில் நாம் எதிர்பார்த்தபடியோ அல்லது திட்டமிட்டபடியோ சில காரியங்கள் அமைவதில்லை. சில மாற்று வழிகளைச் சிந்தித்து செயல்பட கொஞ்சம் பொறுமை தேவை. ஆயிரம் முறை முயற்சிக்கும் போது விரும்பத்தகாத பலன்கள் இருந்தாலும், விரும்பத்தக்க முடிவை அடைவதற்கு, அதை நோக்கி நாம் தொடர்ந்து உழைக்க

வேண்டியிருக்கும். ஒரு நல்ல தலைவர் எப்பொழுதும் பொறுமையாகவும் விடாமுயற்சியுடனும் இருக்க வேண்டும், மற்றவர்களும் பொறுமையாகவும் விடாமுயற்சியுடனும் இருக்க வேண்டும் என்பதை வலியுறுத்த வேண்டும்.

தனக்கடுத்துள்ளவர் இருமடங்கு பயனுள்ளவராக இருக்க உதவுதல்:

மற்றவர் குறிப்பாக நமக்கு மிகவும் நெருக்கமான ஒருவர், நம்மைவிடச் சிறந்த விதத்திலும் திறமையுடனும் செயல்பட்டால் பொறாமை கொள்ளும் போக்கு உள்ளது. ஒரு நல்ல தலைவர் உணர்வுள்ளவராகத் தீய நோக்கங்களையும் பொறாமையையும் எதிர்த்துப் போராடுகிறார், மேலும் அவர் அறிந்த மற்றும் அறியாத மற்றவர்கள் தொடர்ந்து அவர்கள் சிறந்தவராகவும் மேம்படுகிறவர்களாகவும் மாறுவதற்கு உதவ முயற்சிக்கிறார். ஒரு நல்ல தலைவர், தான் பெற்ற அனைத்தையும் பாரபட்சமும் சுயநல ஆதாயமும் இல்லாமல், மற்றவரின் ஒரு பொது நலனுக்காகச் சித்தப்படுத்துகிறார், அதிகாரமளிக்கிறார் மற்றும் ஒப்படைக்கிறார்.

10. ஒரு தலைவரின் வெற்றி

(ஒரு குழுவில் உள்ள அனைவரின் வெற்றியே தலைவரின் வெற்றி என்பதை அறிய)

1. முழுமையான வெற்றி

தீமையை விட்டு விலகி நீதியைப் பின்பற்றுதல்:

சில சமயங்களில் ஒரு தனிமனிதர் வெற்றியாளராகக் காணப்படலாம், ஆனால் அவர் பலரின் துன்பம் அல்லது சுரண்டலின் மூலம் அவ்வெற்றியை பெற்றிருக்கலாம். ஒரு நல்ல தலைவர் சில நியாயமற்ற ஆதாயத்தினால் வெற்றியைப் பெறமாட்டார். ஒரு நல்ல தலைவர் எப்போதுமே தீமையிலிருந்து விலகி, சரியானதை பின்பற்ற வேண்டும், அது அவர்களுக்குத் தனிப்பட்ட முறையில் நன்மை தருகிறது என்பதைப் பொருட்படுத்தாமல், தீமையானது ஏதோ ஒரு கட்டத்தில் நிச்சயமாக யாரையாவது அல்லது எதையாவது பாதிக்கலாம் என்பதை கருத்தில் கொள்ள வேண்டும்.

பழி மற்றும் ஒழுக்கக்கேடு இல்லாமல் இருத்தல்:

பிறரிடமிருந்து பெறும் செய்திகளையோ அல்லது தகவலையோ நாம் அனைவரும் சரிபார்ப்பதில்லை என்பதால், ஒருவரைக் களங்கப்படுத்த ஏதுவான தவறான செய்திகளைப் பரப்புவது எளிது. ஒரு நல்ல தலைவர் குற்றமற்றவராகவும் ஒழுக்கமுள்ளவராகவும் இருப்பார், மற்றவர்களிடமிருந்து நல்ல பெயரைப் பெறுவதற்காக அல்ல, ஆனால் கபடற்று இருக்கவும், உண்மையுள்ளவராக இருக்கவும், பண்புகளை வளர்க்கவும் கவனமாக இருப்பார். பொய்யாகக் குற்றம் சாட்டப்படுவது தவிர்க்க முடியாதது, ஆனால் ஒரு நல்ல தலைவர் மீதான பழி நிரூபிக்கப்பட முடியாதது மற்றும் நம்பகத்தன்மையற்றது. ஒரு நல்ல தலைவர் தன் சுயத்தை இழிவுபடுத்துவதாக இருந்தாலும் எப்போதும் தவறுகளையும் உண்மைகளையும் ஏற்றுக்கொள்கிறார்.

வெளிப்படைத்தன்மையுடன் வெளிச்சத்தில் வாழுங்கள்:

ஒரு நபருக்கு எப்போதும் இருக்கக்கூடிய சிறந்த வாழ்க்கை வெளிப்படைத்தன்மை நிறைந்த வாழ்க்கை. வெளிப்படைத்தன்மை இருக்கும்போது, உண்மை அங்கு இருக்கும் மற்றும் எண்ணங்களும், செயல்களும் வார்த்தைகளும் பெரும்பாலும் சரியான மதிப்பீடுகள் மற்றும் நல்லொழுக்கங்களால் கட்டுப்படுத்தப்படுகின்றன. வாழ்க்கையில் சரியான மதிப்பீடுகளும் நற்பண்புகளும் இருந்தால், நிச்சயமாக வெளிப்படைத்தன்மை இருக்கும். ஒரு நல்ல தலைவர் தனது எண்ணங்கள், வார்த்தைகள் மற்றும் செயல்களில் எதையோ மறைத்து இருமாப்பாயிராமல் பகிர்ந்து கொள்கிறார்.

பயனுள்ளவராக இருப்பதற்காக எல்லாவற்றிலும் சிறந்து விளங்குதல்:

ஒவ்வொருவருக்கும் வெவ்வேறு திறன்களும் ஆர்வங்களும் உள்ளன. பல்கலைக் கழகத்தில் எல்லோராலும் முதல் மதிப்பெண் பெற முடியாது மற்றும் தடகளத்தில் எல்லோராலும் முதலிடம் பெற முடியாது. ஒரு நல்ல தலைவர் சில துறைகளில் அல்லது ஏதோவொன்றில் நிபுணர் அல்ல, ஆனால் ஒரு நல்ல தலைவர் மற்றவர்களுக்குக் பயனுள்ளதையும், சுய ஊக்கமளிக்கும் ஒன்றையும் நோக்கித் தன் சிறந்த திறமைகளையும் அறிவையும் அளிக்கிறார்.

சுய பொறுப்புணர்வுடன் பொறுப்பாக இருங்கள்:

நாம் தலைமைப் பொறுப்பை ஏற்கும்போது நிறைய பணிகள் இருக்கும். ஒரு நல்ல தலைவர் சில பணியை எடுப்பது பற்றி நிறைய யோசிப்பார், ஆனால் சில பணியை எடுக்கும்போது அந்தப் பணியைத் தானாகவோ அல்லது பிறரோ செய்து முடிக்க வேண்டும் என்பதை உறுதி செய்வார். ஒரு நல்ல தலைவர், கொடுக்கப்பட்ட அல்லது எடுத்த பொறுப்புகளை நிறைவேற்றத் தவறினால் யாராவது கேள்வி கேட்பார்கள் என்று பயப்படுவதில்லை, ஆனால் சுய பொறுப்பு உள்ளது.

சுய பொறுப்புணர்வுடன் பொறுப்பாக இருங்கள்:

நாம் தலைமைப் பொறுப்பை ஏற்கும்போது நிறைய பணிகள் இருக்கும். ஒரு நல்ல தலைவர் சில பணியை எடுப்பது பற்றி நிறைய யோசிப்பார், ஆனால் சில பணியை எடுத்த பிறகு அந்தப் பணியைத் தானோ அல்லது பிறரோ செய்து முடிக்க வேண்டும் என்பதை உறுதி செய்வார். ஒரு நல்ல தலைவர், கொடுக்கப்பட்ட அல்லது எடுத்த பொறுப்புகளை நிறைவேற்றத் தவறினால் யாராவது கேள்வி கேட்பார்கள் என்று பயப்படுவதில்லை, ஆனால் சுய பொறுப்பு கொண்டிருக்கிறார்.

2. மகிழ்ச்சி மற்றும் அமைதி

ஒப்படைக்கப்பட்ட விஷயங்களை நிறைவு செய்தல்:

நம்மால் எடுக்கப்பட்ட அல்லது நமக்குக் கொடுக்கப்பட்ட சில பணியை முடிப்பது நாம் ஒவ்வொருவருக்கும் இருக்க வேண்டிய நல்ல குணம். இது நம் நம்பிக்கையை வளர்க்கவும், பொறுப்பாக இருக்கவும் சுயத்தை மேம்படுத்துகிறது. ஒரு நல்ல தலைவர் சிரமங்கள், சவால்கள் மற்றும் முன்னுரிமைகள் ஆகியவற்றை தாண்டி நம்பி கொடுக்கப்பட்டதை முடிக்க எப்பொழுதும் கடினமாக முயற்சி செய்வார். இது மகத்தான திருப்தியை அளிக்கும், மேலும் உணர்வுகளிலும் சிந்தனைகளிலும் மகிழ்ச்சியையும் அமைதியையும் வழங்கும்.

கட்டாயத்தினால் இல்லாமல் சுதந்திரமாக இருத்தல்:

ஒவ்வொருவருக்கும் ஏதாவது பழக்கம் அல்லது ஏதாவது காரியம் நம்மைச் சாதாரணமாகவோ, ஏற்றுக்கொள்ளப்படக்கூடியவர்களாகவோ, சமூகமாகவோ இருக்க அனுமதிப்பதில்லை. நல்லவற்றிலிருந்தும் மற்றவர்களுக்கு ஆதரவாக இருப்பதிலிருந்தும் நம்மை விலகி இருக்கச்

செய்கிறது. ஒரு நல்ல தலைவர், ஸ்திரத்தன்மையைப் பறிப்பதும் தன்னை ஊமையாக்குவதுமான அனைத்தையும் நனவுடன் தவிர்க்கிறார். எதையாவது அல்லது யாரையாவது தற்காலிகமாகத் திருப்திப்படுத்தாமலும் பந்தம் இன்றியும் இருப்பது நாம் சுயாதீனமாகச் செயல்பட செய்கிறது, அது மற்றவர்களை விடுவிக்கவும், மகிழ்ச்சி மற்றும் அமைதியுடன் மற்றவர்களுக்குச் சேவை செய்யவும் உதவுகிறது.

துன்பக் காலங்களிலும் மகிழ்தல்:

மகிழ்ச்சியான தருணங்கள் மற்றும் புண்படுத்தும் தருணங்கள், எளிதான தருணங்கள் மற்றும் கடினமான தருணங்கள், சுவாரஸ்யமான தருணங்கள் மற்றும் சலிப்பான தருணங்களுடன் வாழ்க்கையில் எப்போதும் ஏற்றத் தாழ்வுகள் இருக்கும். எல்லாம் நிலையானதாகவும் எதிர்பார்ப்பின்படியும் இருப்பதில்லை, ஆனால், நிச்சயமாக, எல்லாம் கடந்து போகும், ஒரு காரியத்தைப் பற்றிக் கவலைப்படுவதை நிறுத்துவதன் மூலமும் கடினமாக உழைப்பதன் மூலமும் எதையாவது நிச்சயமாக மாற்றலாம். ஒரு நல்ல தலைவர் துன்பங்களை ஏற்றுக்கொண்டு அதலிருந்து கற்றுக்கொள்கிறார், அது ஏமாற்றமாகவும் சவாலாகவும் இருந்தாலும், இறுதியில் மகிழ்ச்சியை நிறைவாக்குகிறது.

வாழ்க்கையின் உன்னதமான விஷயங்களைப் பேணுதல்:

இறுதியாக, வாழ்க்கையில் உயர்ந்த தரங்களையும் மதிப்பீடுகளையும் கொண்டிருப்பது மிகவும் முக்கியம், அவை உன்னதமானவை மற்றும் நம் குணத்தை உருவாக்குபவை. சில சமயங்களில் மகிழ்ச்சியைத் திருடும் வாழ்க்கையின் வீணான ஆசைகளுக்கு ஒரு நபர் விலகி இருப்பதற்கும், வழி விலகாமல் இருப்பதற்கும் இது உதவுகிறது. ஒரு நல்ல தலைவர் எப்போதும் தான் ஒரு முன்மாதிரியாக இருக்க உதவும் சிறந்த

நற்பண்புகளைக் கடைப்பிடிப்பார் மற்றும் மற்றவர்களுக்கு வாழ்க்கையின் சரியான பாதையைக் காட்டுகிறார்.

3. சுதந்திரத்தை உருவாக்குதல்

ஒரு நோக்கத்திற்காகச் செயல்பட சுதந்திரம் அளித்தல்:

யாரோ ஒருவரின் கட்டுப்பாடு இல்லாமல் சுதந்திரமாக இருக்க அனைவரும் விரும்புகிறார்கள், இருப்பினும் சிலர் ஒருவித வழிகாட்டுதலை எதிர்பார்க்கிறார்கள், ஆனால் கட்டுப்படுத்தபடுவதை அல்ல. ஒரு நல்ல தலைவர் மற்றவர்கள் மீது ஆதிக்கம் மற்றும் அதிகாரம் கொண்டவர் அல்ல, ஆனால் மற்றவர்களைச் சமமாகவும் முக்கியமானவர்களாகவும் கருதுகிறார், பொறுப்புகளை ஒதுக்குகிறார். மற்றும் ஒருவரின் நலனுக்காக அல்லது ஒரு நல்ல நோக்கத்திற்காக அவர்களின் நலன்களுக்கு ஏற்பச் செயல்பட உதவுகிறார். ஒரு நல்ல தலைவர் உண்மையுள்ள மற்றும் நம்பகமான பல தலைவர்களை எப்போதும் உருவாக்குகிறார்.

செயல்பாடுகளை அல்ல, தரநிலைகளை வழங்குதல்:

நன்றாகச் செயல்படும் சிலர், தங்களைப் போலவே மற்றவர்கள் செயல்படவும், தங்கள் அடிச்சுவடுகளைப் பின்பற்ற வேண்டும் என்றும் விரும்புகிறார்கள், மேலும் தங்கள் எதிர்பார்ப்புகளுக்கு ஏற்ப இல்லாதவர்களைக் கண்டால், அவர்கள் வெறுமனே வெறுப்பைக் காட்டுகிறார்கள். ஒரு நல்ல தலைவர் ஒருவரைக் குற்றஞ்சாட்ட மாட்டார், ஆனால் உண்மையான அன்புடன் மற்றவரைத் திருத்துவார், இருப்பினும் அவரது செயல்கள் கொஞ்சம் கடினமாக இருக்கலாம் மற்றும் சில நேரங்களில் அவருடைய வார்த்தைகள் சுட்டிக்காட்டுவதாகவும்

இருக்கலாம். ஒரு நல்ல தலைவர் எப்பொழுதும் மற்றவர்களின் நோக்கங்களைச் சரிசெய்வதன் மூலம் தரநிலைகளை வழங்குகிறார், மற்றவர்கள் தன்னைப் பின்பற்றுவதை விரும்புவதில்லை.

பயம் அல்லது அதிகாரங்களால் சமரசம் செய்யாமல் இருத்தல்:

சுற்றி இருப்பவர்கள் அச்சுறுத்தும் போதோ விமர்சிக்கும் போதோ அல்லது உயர்ந்த ஒரு நபர் ஏதாவது கட்டளையிடும் போதோ எதையாவது எதிர்பார்க்கும் போதோ, சில காரியங்களுக்காக நிலைநிற்பது எப்போதுமே சவாலானது மற்றும் கடினமானது. அனைவரும் எதிராக இருந்தாலும், அதிகாரங்களின் காரணமாகச் சுயநலத்தினாலோ பயத்தினாலோ அனைவரும் சமரசம் செய்தாலும், ஒரு நல்ல தலைவர் மற்றவர்களுக்கு ஏற்ற மற்றும் நன்மையான ஒன்றிற்காக உள்ளத்தில் உறுதியாக இருப்பார். ஒரு நல்ல தலைவர் தனது சொந்த வாழ்க்கையை துறந்து விலையாகச் செலுத்தவும் தயாராக இருப்பார், ஆனால் தரத்தில் ஒருபோதும் சமரசம் செய்ய மாட்டார்.

அப்படியே பின்பற்றாமல் மற்றவர்களிடமிருந்து கற்றுக்கொள்ளுதல்:

எல்லா மனிதர்களுக்கும் தனிப்பட்ட அறிவும், பொதுவான அறிவும் உண்டு. பெரும்பாலும் ஒரு நபருக்கு மாத்திரமே தெரிந்த தனிப்பட்ட அறிவு மற்றவர்களால் பயன்படுத்தப்படுவதில்லை மற்றும் அவர்களுக்குத் தேவைப்படுவதில்லை. ஆனால் சில நேரங்கள் உள்ளன, வாழ்க்கையில் ஏதாவது ஒன்றைக் கற்றுக்கொள்வதற்கும் தீர்வு காண்பதற்கும் இது குறிப்பிடத்தக்கது. ஒரு நல்ல தலைவர் ஒவ்வொருவரையும் அவர்களின் தனிப்பட்ட அறிவு மற்றும் அவர்களின் பொதுவான அறிவு ஆகியவற்றுடன் அங்கீகரிக்கிறார். ஒரு நல்ல தலைவர் ஒருபோதும் மற்றொரு நபரின் வார்த்தைகளையும் செயல்களையும

நகலெடுப்பதில்லை, ஆனால் எப்போதும் நல்ல வார்த்தைகளையும் செயல்களையும் மேற்கோள் காட்டுவார்.

4. பொறுப்புணர்வை கட்டமைத்தல்

எஜமானின் அறிவுறுத்தல்களை நிறைவேற்றுதல்:

நாம் ஒவ்வொருவருக்கும் நமக்கு மேலே ஒருவர் இருக்கிறார், அவர் உடல் ரீதியாக நம் அருகில் இருக்கலாம் இல்லாமலும் இருக்கலாம், ஆனால் அவருடைய வழிமுறைகள் மிகவும் மதிப்புமிக்கவை மற்றும் நாம் பின்பற்றுவதற்கு தகுதியானவை. நமது வரையறுக்கப்பட்ட யோசனைக்கு அணுக முடியாததாக இருந்தாலும், உயர்ந்த மதிப்பீடுகளுடைய அறிவுரைகளை நாம் கடமையாக்கி நிறைவேற்ற வேண்டும். ஒரு நல்ல தலைவர் என்பவர் முன் இருந்து வழிநடத்துபவர் மட்டுமல்ல, தனது எஜமானர், மேற்பார்வையாளர் அல்லது வழிகாட்டியின் அறிவுறுத்தல்கள் சரியானதாகவும் மதிப்புமிக்கதாகவும் இருக்கும் போதெல்லாம் நிறைவேற்றுவார்.

சுற்றியுள்ள தேவைகளைக் கவனித்துக்கொள்ளுதல்:

சில விஷயங்களைத் திரும்பத் திரும்பச் செய்வது எளிதானது, ஏனெனில் அது நிறைய தயாராகுதல் மற்றும் திட்டமிடலை உள்ளடக்கியதாக இருக்காது, ஆனால் அது காலாவதியாகி, பொருத்தமானதாக, பொருந்தக்கூடியதாக மற்றும் அணுகக்கூடியதாக இல்லாமல் இருக்கலாம். செயல்கள் மற்றும் சிந்தனைகளுக்கான தேவைகள் மற்றும் பயன்களை ஆய்வு செய்ய ஒரு நல்ல தலைவர் எப்போதுமே பரிசீலனைக்கான நேரங்களைக் கொண்டிருப்பார். மேலும், ஒரு நல்ல தலைவர் தேவை ஏற்படும் போதெல்லாம் தொடர்ந்து மாற்றங்களைச்

செய்ய நெகிழ்வானவர் மற்றும் சுற்றியுள்ள தேவைகளைக் கவனித்துக் கொள்ள முயற்சி செய்பவர்.

தொடர்ந்து நிலைத்திருப்பதற்கு பின்தொடர்பவரை கண்டறிதல்:

பூமியின் முகத்தில் உள்ள எல்லா விஷயங்களையும், அதற்குக் காரணமானவர் இல்லாதபோது, திறம்பட கவனித்து நன்றாகப் பயன்படுத்த முடியாது. அதனால் எல்லாவற்றும் தொடரவும் நிலைத்திருக்கவும் பின்தொடர்பவர் தேவை. ஒரு நல்ல தலைவர் எப்பொழுதும் தான் ஈடுபடும் அனைத்திற்கும் பின்தொடர்பவர் ஒருவரை அடையாளம் கண்டுகொள்வார் மற்றும் சரியான நபரைச் சரியான விஷயத்திற்கு பொறுப்பாக வைப்பார். பின்தொடர்பவர் தன்னை விடத் திறமையானவராக இருக்கும்போது ஒரு தலைவர் மகிழ்ச்சி அடைகிறார்.

பணிகளைச் செய்யத் தெரிந்தவர்களுடன் அதைப் பகிர்தல்:

பன்முகத் திறமை கொண்டவர்கள் இருந்தாலும், ஒரே நேரத்தில் சில காரியங்கள் தேவைப்படும் போது ஒருவரால் எல்லாவற்றையும் செய்ய முடியாது. மேலும், எல்லாவற்றையும் செய்வது அனைவருக்கும் சாத்தியமில்லை. ஒரு நல்ல தலைவர் எப்பொழுதும் சுயத்தை அறிந்திருப்பார் மற்றும் தேவைப்படும் போதெல்லாம் ஒரு எளிய நபராயினும் அவரின் வெளிப்பாடு மற்றும் அனுபவத்தைப் பயன்படுத்த அவரது ஆதரவையும் வழிகாட்டுதலையும் வரவேற்பார். ஒரு நல்ல தலைவர் மற்றவர்களின் சிறந்த நன்மைக்காக, தகுதியானவர்களுடனும் திறமையானவர்களுடனும் பொறுப்புகளைப் பகிர்ந்து கொள்கிறார்.

5. உணர்வுகளின் எழுச்சியை பகிர்தல்

முக்கிய நோக்கத்தைப் பகிர்ந்து கொள்ளுதல்:

சிலர் தாங்கள் சொல்வதை மற்றவர்கள் செய்ய வேண்டும் என்று எதிர்பார்க்கிறார்கள், ஆனால் அந்த விஷயங்களைச் செய்வதன் நோக்கத்தைப் பகிர்ந்து கொள்வதில்லை அல்லது எதிர்மறையான ஒன்றை நோக்கமாகக் கொண்டிருந்து நோக்கத்தை நேர்மறையாகச் சொல்வார்கள். ஆனால் ஒரு நல்ல தலைவர் மற்றவர்கள் கவனம் செலுத்தவும் அவர்கள் ஒரு பொது நன்மைக்குப் பங்களிக்கிறார்கள் என்பதில் தெளிவாக இருக்கவும் ஏதுவாகச் சிந்தனையிலும் இதயத்திலும் இருக்கும் சரியான நோக்கத்தை உண்மையாகப் பகிர்ந்து கொள்கிறார். இது சில நேரங்களில் அவர்களை சுய-உந்துதல் பெறச் செய்கிறது மற்றும் ஒரு நல்ல தலைவர் மற்றவர்கள் காரியங்களை உரிமையாக எடுத்துச் செய்வதை விரும்புகிறார்.

பின்தொடர்பவரை பயிற்றுவித்தல்:

ஒருவரை ஒழுங்குபடுத்துவதும் அவருக்குக் கற்பிப்பதும் கடினமான பணிகளில் ஒன்றாகும், அந்த நபர் நன்றாக நடந்து கொள்பவரா அல்லது விலகிச் செல்பவரா என்பதைப் பொருட்படுத்தாமல், ஒரு நபர் மற்றவர்களுக்குக் கற்பிப்பவராகுவதற்கு அறிவும் வழக்கமான தயாராகுதலும் அவசியமாக இருக்க வேண்டியவை. ஒரு நல்ல தலைவர் எப்பொழுதும் கற்றுக்கொண்டே இருப்பார், மேலும் தன்னைப் புதுப்பித்துக் கொள்கிறார், மேலும் பெறுபவர்களுக்கு விஷயங்களை மிகவும் சுவாரஸ்யமாக்க சிறந்த முயற்சி செய்கிறார், மேலும் அவர்களுக்குக் குறைந்த பட்சமாவது ஏதாவது புதிதாகக் கற்றுக்கொள்ள உதவுவதன் மூலம் அதை மிகவும் மதிப்புமிக்கதாக ஆக்குகிறார். மேலும், ஒரு நல்ல தலைவர் பின்தொடர்பவரை பயிற்றுவிக்கிறார், மேலும்

அவர்கள் இருக்கும் நிலையைத் தாண்டி அவர்கள் முன்னேற விரும்புகிறார்.

பொறுப்புகளை நம்பி விட்டுவிடுதல்:

தலைமைப் பொறுப்பில் உள்ளவர்கள், தங்கள் அதிகாரம் மற்றும் கட்டுப்பாட்டை விடாதிருப்பதற்காக, தங்கள் அதிகாரத்தையும் பதவியையும், மற்றவர்களுக்கு மிக எளிதாக விட்டுக்கொடுப்பதில்லை. ஆனால் ஒரு நல்ல தலைவர் எப்பொழுதும் மற்றவர்களின் பங்களிப்பை வரவேற்று, காரியங்களைச் செய்யத் தகுதியான மற்றும் நல்ல நிபுணத்துவம் கொண்டவர்களை நம்பி ஒப்படைக்கிறார். மேலும், ஒரு நல்ல தலைவர், திறமையானவரிடம் பொறுப்புகளைக் கொடுத்துவிட்டு அதிகம் அவற்றில் தலையிடுவதில்லை, மற்றும் மற்றவர்களைக் கட்டுப்படுத்துவதையும், ஆதிக்கம் செலுத்துவதையும் அவர்களிடம் விட்டுவிடுகிறார்.

பின்தொடர்பவரை வெற்றிபெறச் செய்தல்:

ஒரு நபர் மற்றொரு நபருக்குப் பயிற்சி அளித்து, ஏதாவது ஒன்றை நோக்கி அவர்களை ஆயத்தப்படுத்தினாலும், பயிற்சியாளர் எடுக்கும் அனைத்து முயற்சிகளையும் உள்ளடக்கிய மற்ற நபர் அதிகம் முன்னிலைப்படுத்தப்பட்டால் ஜீரணிப்பது மிகவும் கடினம். ஆனால் பின்தொடர்பவர் தன்னை விட வெற்றிகரமாக இருந்தால் ஒரு நல்ல தலைவர் பொறாமைப்பட மாட்டார், மகிழ்ச்சியாகவும் வெற்றிகரமாகவும் உணர்வார், ஏனெனில் தலைவர் தன்னை முன்னிலைப்படுத்துவதற்கு வழிகாட்டிப் பயிற்சி அளிக்காமல், பொது நலனுக்காக அதைச் செய்கிறார்.